T0329414

Uongozi Wetu na Hatima ya Tanzania

Uongozi Wetu na Hatima ya Tanzania

Julius K. Nyerere

MKUKI NA NYOTA
DAR – ES – SALAAM

KIMECHAPISHWA NA
Mkuki na Nyota Publishers Ltd,
S.L.P. 4246, Dar es Salaam, Tanzania
www.mkukinanyota.com

ISBN 978-9987-753-42-0

Kilichapishwa kwa mara ya kwanza mwaka 1994 na African Publishing Group, Zimbabwe.

Tembelea tovuti yetu www.mkukinanyota.com kujua zaidi kuhusu vitabu vyetu na jinsi pa kuvipata. Vilevile utaweza kusoma habari na mahojiano ya waandishi pamoja na taarifa za matukio yote yanayohusu vitabu kwa ujumla. Unaweza pia kujiunga na jarida pepe letu ili uwe wa kwanza kupata taarifa za matoleo mapya zitakazotumwa moja kwa moja kwenye sanduku la barua pepe yako.

Vitabu vya Mkuki na Nyota vinasambazwa nje ya Afrika na African Books Collective.
www.africanbookscollective.com

Yaliyomo

Kimya.

Kimya kina mshindo mkuu, ndivyo wambavyo wavyele;
Kimya chataka kumbuu, viunoni mtatile:
Kimya msikidharau, nami sikidharawile;
Kimya kina mambo mbele; tahadharini na kimya.

Kimya ni kinga kizushi, kuzukia wale wale;
Kimya kitazua moshi, mato msiyafumbule:
Kimya kina mshawishi, kwa daima na milele:
Kimya kina mambo mbele, tahadharini na kimya.

Kimya vuani maozi, vuani mato muole;
Kimya kitangusha mwanzi, mwendako msijikule:
Kimya chatunda pumzi, kiumbizi kiumbile!
Kimya kina mambo mbele, tahadharini na kimya.

Bwana Muyaka bin Haji
Kimya kimya msidhani
Ni ishara ya Amani

Yafuatayo ni maelezo mafupi ya mtiririko wa matukio ya kisiasa yaliyotufikisha kudai Utanganyika. Yalikuwa yako tayari kabla Halmashauri Kuu ya Taifa haijatangaza maoni ya Wanachama wa CCM kuhusu muundo wa Muungano. Lakini sikuona sababu ya kubadili chochote.

Uongozi Wetu na Hatima ya Tanzania

Ripoti ya Jaji Nyalali

Tume ya Jaji Nyalali ilipendekeza mambo mengi, lakini yanayotuhusu hapa ni mawili:

i)   Pendekezo la kugeuza mfumo wa Chama Kimoja cha Siasa, na kuleta mfumo wa Vyama Vingi; na

ii)   Pendekezo la kugeuza mfumo wa Muungano wa Serikali Mbili, na kuleta mfumo wa Shirikisho la Serikali Tatu.

La kwanza lilikubaliwa na Chama na Serikali, na la pili likakataliwa. Linalohitaji maelezo ni hilo la pili. Waingereza wana msemo: 'Ignorance is bliss," ujinga ni Baraka. Wako watu wanaodhani kuwa pendekezo la Tume ya Nyalali la kutaka Shirikisho la Serikali Tatu, linatokana na maoni au matakwa ya watu. Hiyo si kweli hata kidogo. Lakini watu wanotaka tuamini kwamba wasemavyo ni kweli si watu waongo, ni wajinga tu, maana nadhani hawajasoma Ripoti ya Tume ya Nyalali. Hotuba ya Waziri Mkuu na Makamu wa Kwanza wa Rais, ya tarehe 30 April, 1992, katika Bunge la Muungano inaeleza vizuri sana ukweli ulivyo.

"Mheshimiwa Spika, mojawapo ya mapendekezo makubwa yaliyotolewa na Tume ya Nyalali lilihusu mfumo wa Muungano na Ushirikiano kati ya Tanzania Bara na Tanzania Visiwani. Tume ya Nyalali ilipendekeza kuubadili mfumo wa Muungano ili kuanzisha mfumo mpya wa Shirikisho lenye Serikali Tatu. Yaani, Serikali ya Shirikisho, Serikali ya Tanganyika na Serikali ya Zanzibar.

Mheshimiwa Spika, hili ni pendekezo kubwa na la msingi ambalo kama ilivyofanya Tume, Chama cha Mapinduzi na Serikali zimelitafakari kwa undani zaidi. Katika kufanya hivyo, historia ya Muungano tangu tarehe 26 Aprili, 1964 hadi sasa imezingatiwa. Muungano kama mnavyofahamu Waheshimiwa Wabunge, chimbuko lake ni mapatano ya "Article of Union" yaliyotiwa sahihi na Waasisi wa Muungano, Baba wa Taifa, Mwalimu Julius Kambarage Nyerere na Hayati Mzee Abeid Amani Karume, Mungu aiweke roho yake pema. Mapatano hayo yalifanywa kwa manufaa ya wananchi wote wa Tanzania. Hilo halina ubishi. Miungano mingi ya aina hii duniani, imefanywa na viongozi kwa njia hii au nyingine kwa niaba ya wananchi, bila kuhojiwa na hapana sababu ya kuhojiwa kitendo hicho. Kwa msingi huo wale wachache wanaohoji na kutaka kura ya maoni juu ya suala hili, hawaitakii mema nchi hii. Hoja hiyo haikubaliwi na Serikali ya Chama cha Mapinduzi. (Makofi)

Mheshimiwa Spika, tangu kuanzishwa kwa Muungano wa nchi zilizokuwa Jamhuri ya watu wa Zanzibar na Jamhuri ya watu wa Tanganyika, ziliungana na kuwa nchi moja na Taifa moja. Narudia tena, ziliungana kuwa nchi moja na Taifa moja. Kwa lugha ya kigeni, 'One

Sovereign State'. Hivyo imejenga msingi imara wa umoja kati ya wananchi wa Tanzania. Tanzania Bara na Visiwani, zimekuwa zikifaidika kisiasa, kiuchumi na kiulinzi chini ya mfumo uliopo wa Muungano. (Makofi)

Mheshimiwa Spika, nakubaliana na baadhi ya sababu zilizotolewa na Tume ya Nyalali kuwa ndizo ambazo mara nyingine zimesababisha hali ya kutoridhika na mfumo wa Muungano. Matatizo yapo, mengi ya matatizo hayo ni ya utekelezaji yaliyojitokeza wakati wa kushughulikia mambo ya Muungano. Na bila ya kuyaficha baadhi ya matatizo hayo ni mambo yanayohusu suala la Uraia, milki ya fedha za kigeni, ukusanyaji na mgawanyo wa mapato kutokana na kodi na ushuru wa forodha, tatizo la formula ya kuchangia gharama za Muungano. Hakuna shaka kwamba haya ni matatizo na mara nyingine yanakera:

> *Hata hivyo, kwa heshima zote kwa Tume, Waheshimiwa Wabunge watakubaliana nami kuwa utatuzi au ufumbuzi wa matatizo hayo, hautapatikana kwa kuanzishwa Shirikisho la Serikali tatu.*

> *Kinyume chake hiyo itakuwa ni chanzo cha kufifisha umoja na mshikamano wa Tanzania uliojengeka tangu mwaka 1964. Inatoa mwanya kwa wasiopenda umoja huo hatimaye kuuvunja. Hiyo sio kwa manufaa ya wananchi wa Tanzania nzima. (Makofi)*

Mheshimiwa Spika, matatizo ni lazima yatatuliwe. Hivyo ni azma ya Chama cha Mapinduzi na Serikali kuelekeza nguvu zake zote katika kutafuta ufumbuzi wa matatizo hayo. Serikali na Chama zitaendelea kutafuta ufumbuzi wa matatizo hayo halisi na kuyaondoa kwa manufaa ya wananchi wote wa Tanzania chini ya mfumo wa sasa. Hivyo kwa sasa Serikali inafanyia kazi maeneo yanayohusika. Uhusiano wa Serikali ya Muungano na Serikali ya Mapinduzi Zanzibar na hasa katika maeneo yanayohusu matatizo niliyoyainisha.

Kwa mtazamo huo, ndiyo maana katika marekebisho ya Katiba wakati huu, eneo linalohusu Rais wa Jamhuri ya Muungano pamoja na uchaguzi wake na wa Makamu wake ambaye pia ni Rais wa Zanzibar linawekwa kando, likisubiri mapendekezo mapya ya Serikali kwa Bunge lako Tukufu kwa kutungiwa Muswada utakaowasilishwa hapo baadaye katika Bunge lako Tukufu. Kwa wakati huu sehemu hii ya Katiba itatoshelezwa kwa muda na ibaraya 37 ya Katiba ya Jamhuri. Rekebisho hili limefanywa katika Muswada na kubadili katika Katiba.

> *Mheshimiwa Spika, kwa kuzingatia ukweli*
> *kwamba tangu mwanzo ulipoanzishwa*
> *Muungano Waasisi kwa makusudi kabisa,*
> *hawakutarajia muundo wa Shirikisho la*
> *Serikali tatu au Serikali moja, ni dhahiri*
> *muundo unaopendekezwa unatutoa kutoka*
> *msingi huo wa awali. Ni mfumo ambao*
> *unadhoofisha nchi nzima ya Tanzania*
> *kwani Shirikisho ambalo lingeweza kuundwa*

> *na nchi mbili huru zenyewe zikibakia kuwa*
> *ni Jamhuri na hivyo kuwa na Serikali tatu,*
> *halitasaidia lolote katika kudumisha hali*
> *ya utulivu na Usalama wa wananchi wetu.*
> *(Makofi)*

Hapatakuwa na mshikamano madhubuti katika masuala ya uchumi na maendeleo ya jamii na gharama ya kuziendesha Serikali tatu, ingekuwa kubwa sana na isiyo ya lazima. Kwa sababu hizi ndiyo maana Chama cha Mapinduzi na Serikali yake hazikubali pendekezo la Tume ya Nyalali la kuanzisha mfumo mwingine wa Muungano wa Serikali tatu. (Makofi)

Isitoshe Mheshimiwa Spika, hata pendekezo hili silo la wananchi wengi. Kwani taarifa ya Tume inasema, na naomba ninukuu. 'Zaidi ya hayo wengi wa wananchi waliotoa maoni yao kwa Tume hawakuelezea chochote juu ya mfumo wa Serikali ambao Muungano uwe nao. Kati ya wananchi elfu tatu (3,000) waliojitokeza kwenye Tume huko Zanzibar ni wanne (4) tu waliozungumzia jambo hilo ambayo ni asilimia (0.13) ndio waliopendekeza kuwepo kwa mfumo wa Serikali tatu. Na kati ya wananchi 32,275 waliotoa maoni yao Tanzania Bara, ni wananchi 45 tu ambao ni asilimia (0.13) ndio waliopendekeza mfumo huo wa Serikali tatu.' Kwa hiyo, kwa jumla ni asilimia 0.13 tu kati yaWatanzania wote waliotoa maoni yao kwa Tume, ndio waliopendekeza mfumo wa Serikali tatu. Wanaume ambao hawakubaliani na pendekezo hilo la kuwa na Serikali tatu, walisisitiza kwamba na ningewanukuu; 'Pamoja na kuelewa kuwa baadhi ya mambo mengine sio lazima uamuzi wake kutegemea wingi wa watoa maoni, lakini pia tunaona kuwa sio busara kupendekeza mabadiliko makubwa kama haya ya mfumo wa Muungano wetu kwa kutegemea maoni ya Watanzania 49 kati ya Watanzania 36,299 walioshiriki katika mjadala wote ulioendeshwa na Tume ya Rais. Idadi hii ni ndogo isiyo na uzito kitakwimu.'

> *"Sisi hatuoni kuwa kuna hoja ya kisheria*
> *na ya kisiasa ya kubadili mfumo wa sasa*
> *wa Serikali mbili na kuanzisha mfumo wa*
> *Serikali tatu. Tunaamini kuwa mfumo wa*
> *Serikali tatu, utadhoofisha Muungano wetu*
> *kisiasa na kiuchumi." (Makofi)*

Hivyo ndivyo Waziri Mkuu na Makamu wa Kwanza wa Rais wa Tanzania alivyosema Bungeni tarehe 30, Aprili, 1992; akashangiliwa na kupigiwa makofi na Wabunge wa Tanzania. Baadaye, kama tunavyojua, Waziri Mkuu aliisahau hotuba hii; na Wabunge Waheshimiwa walisahau shangwe zao na makofi yao. Wakapitisha Bungeni, "kwa kauli moja", Azimio la kutaka Serikali ya Tanzania ilete muswada wa kubadili Katiba ya Nchi yetu ili kuwe na Serikali ya Tanganyika "ndani ya Muungano," kwa madai ya kwamba hayondiyo matakwa ya Wananchi wa Tanzania. Lakini ukweli wa suala hili unabaki palepale: Wananchi wa Tanzania hawadai Serikali ya Tanganyika; na mimi nasema, ukifufua Tanganyika, utaua Tanzania. Fahali wawili hawakai zizi moja: "Yeltsin" wa Tanganyika ataua Muungano. Lakini pia sababu zile zile za ukabila na udini na tamaa za uongozi zitakazoua Tanzania hatimaye zitaua Tanganyika nayo.

Dodoma I: Desemba, 1992

Baada ya kuamua kuleta mageuzi ya vyama vingi vya siasa,ilikuwa lazima kubadili baadhi ya vifungu vya Katiba ya Jamhuriya Muungano. Rais aliteua Kamati ya kutazama Katiba yetu na kufanya mapendekezo yanayotakiwa. Kamati hiyo iliongozwa na Ndugu Mark Bomani. Kati ya mapendekezo yake mengi moja lilihusu Makamu wa Rais wa Jamhuri ya Muungano. Kamati ilipendekeza kwamba badala ya utaratibu wa sasa wa kuwa na Makamuwa Rais wawili, Waziri Mkuu wa Serikali ya Muungano, na Rais wa Zanzibar, itafaa tuwe na Makamu wa Rais mmoja tu. Na jinsi ya kumpata, Kamati ilipendekeza tufuate utaratibu wa Kimarikani, ambapo mtu aliyeteuliwa na Chama chake kuwa mgombea wa Urais, atakuwa na mwenzake, wenyewe wanamwita "Running Mate", na endapo mgombea huyo atachaguliwa na wananchi kuwa Rais, basi huyo Mgombea Mwenzake ndiye atakayekuwa Makamu wa Rais. Lakini Kamati ikapendekeza kwamba kutokana na historia ya Nchi yetu itafaa Chama kikiteua mgombea wa Urais kutoka upande mmoja wa Muungano, basi kiteue Mgombea Mwenzi wake kutoka upande wa pili wa Muungano; na Katiba iseme hivyo.

Watu wengi, mimi nikiwa miongoni mwao, waliona kuwa mapendekezo haya ni mazuri. Lakini tukawa tukisikia minong'ono kwamba "Wazanzibari" hawapendi

pendekezo hili la kupata Makamu wa Rais kwa njia ya
kuwa na Mgombea Mwenzi.Wanataka utaratibu wa sasa
uendelee, ambapo Rais wa Zanzibar akisha kuchaguliwa
anakuwa moja kwa moja Makamu wa Rais wa Jamhuri
ya Muungano. Utaratibu huu hata sasa una matatizo.
Rais wa Zanzibar huchaguliwa na Wazanzibari watupu,
ili awe Rais wao; lakini anakuwa pia Makamu wa Rais wa
Jamhuri ya Muungano bila kuchaguliwa na Watanzania
wa Bara. Kama Rais wa Jamhuri ya Muungano hayupo,
kwa sababu yo yote ile, huyu atawiza kushika nafasi yake,
kwa mujibu wa Katiba, lakini bila kuchaguliwa na wapiga
kura wa Tanzania nzima. Ni dhahiri kwamba utaratibu
huu una walakini, na ingawa mpaka sasa haujatuletea
matatizo makubwa, ni wazi kwamba hata bila mfumo wa
vyama vingi, siku moja tungelazimika. kuubadili.

Lakini ni dhahiri zaidi kwamba katika hali ya vyama
vingi hatuwezi kuendelea na utaratibu wa sasa. Mkiwa na
vyama vingi vya siasa, na Serikali zaidi ya moja, hamna
budi mkubali kwamba inawezekana Chama kinachoongoza
Serikali ya Muungano kisiwendicho Chama kinachoongoza
Serikali ya Zanzibar. Kwa hiyo tukibaki na utaratibu wa
sasa, ambapo Rais wa Zanzibar anakuwa moja kwa moja
ni Makamu wa Jamhuri ya Muungano, tunaweza tukajikuta
katika hali ambapo Rais wa Jamhuri ya Muungano anatoka
Chama kimoja na Makamu wake anatoka katika Chama
cha upinzani! Na endapo Rais hayupo kwa sababu yo yote,
huyu anaweza akashika nafasi yake ingawa alikataliwa na
wapiga kura katika uchaguzi uliopita!

Mapema mwezi wa Desemba 1992, Halmashauri Kuu ya Taifa ya CCM ilikutana Dodoma kwa ajili ya kuzungumzia suala hili pamoja na masuala mengine. Viongozi wa Chama na Serikali waliniomba nami niende Dodoma nikatoe maoni yangu. Nikaenda.

Mkutano wa Faragha: Tulikuwa na kikao cha faragha cha Viongozi Wakuu wote wa Chama na Serikali, na wengine wa nyongeza. Mambo yaliyokuwa yametayarishwa yakazungumzwe katika Halmashauri Kuu yalikuwa ni hilo la utaratibu wa kuchagua Makamu wa Rais na mengine. Lakini Rais alieleza kuwa walikuwa wamezungumza pia suala la vipindi na muda wa kuwa Rais wa Jamhuri ya Tanzania. Rais alieleza kuwa walikuwa wamekubaliana kwamba vipindi vya kuwa Rais ni lazima vitamkwe, Lakini walikuwa hawajafikia uamuzi viwe vipindi vingapi. Awali baadhi ya Viongozi wa Chama walikuwa wameanza kampeni za kutaka Rais Mwinyi aongezewe vipindi vya muda wa kuwa Rais. Nilipotambua hivyo nilikuwa nimekwenda mara moja kwa Rais na kumsihi azizime kampeni hizo; na Viongozi wahusika nilitafuta nafasi nao nikawaomba wasilifufue jambo hili. Nikadhani tumeelewana hivyo. Kwa hiyo nilistuka niliposikia kuwa kumbe suala hilo la vipindi vya Urais bado linazungumzwa, na ati bado uamuzi wa vipindi vingapi haujafikiwa! Kwa hiyo nilirudia tena kueleza umuhimu wa kukubali kwamba suala hili tumekwisha kuliamua, na hatari ya kuanza kulizungumza upya.

Sababu ya kufanya muda ambao mtu yeyote anaruhusiwa kuwa Rais utamkwe na uwe ni sehemu ya Katiba ilikuwa ni kuutoa uamuzi huo mikononi mwa Rais mwenyewe, au kikundi chochote cha Chama au Dola. Si uamuzi mwepesi, kwa Rais wala kwa washauri wake.

Plato, Myunani wa kale, alipendekeza kuwa mafilosofa ndio wanaofaa kuwa watawala wa nchi, maana wana sifa mbili muhimu: kwanza, wana uwezo wa kutawala, na pili, hawapendi kutawala. Kwa hiyo, Jamhuri ya Plato itakuwa na sheria ya kuwalazimisha mafilosofa kutawala kwa zamu; na mtu zamu yake ya kutawala ikiisha, atafurahi sana kurudia shughuli zake za falsafa ambazo ndizo hasa anazozipenda. Lakini nchi zetu hazitawaliwi na mafilosofa wa Plato; watawala wetu ni wanasiasa wa kawaida ambao wanapenda sana kutawala, hata kama hawana uwezo wa kutawala; na ambao wako tayari hata kuhonga ili wachaguliwe kuwa watawala, na wakisha kuchaguliwa hawatoki bila kulazimishwa. Si busara kuwaachia wao wenyewe ndio wawe waamuzi wa lini waache kuwa watawala.

Lakini hata kwa viongozi wanaotambua kuwa uongozi ni wajibu, na ukisha kutimiza wajibu wako ni vizuri kuondoka, si rahisi kuamua kama wajibu wako ni kuondoka au ni kuendelea. Na sababu za kusita zinaweza zikawa nzuri kabisa. Na katika hali halisi ni vigumu zaidi kwa washauri wa Rais kumwambia kuwa amekwisha kutimiza wajibu wake na kwa maoni yao inafaa aondoleo amuache mtu mwingine. Wao wanazo sababu nyingi zaidi, nzuri na mbaya, za kumtaka aendelee, na watamshauri hivyo. Kwa hiyo ni jambo la busara kabisa uamuzi wa muda wa kuwa Rais ufanywa mara moja, na ukisha kufanywa uwe ni sehemu ya Katiba ya Nchi na uheshimiwe.

Na hivyo ndivyo tulivyofanya. Suala hili lilikwisha kuamuliwa zamani, na sasa ni sehemu ya Katiba yetu. Uamuzi huo inafaa uheshimiwe. Rais Mwinyi ndiye Rais wa kwanza kuchaguliwa kwa wajibu wa Katiba hiyo. Yeye akisema kuwa vipindi viwili havitoshi, na akataka viwe vitatu; Rais wa pili atasema vipindi vitatu havitoshi, na atataka viwe vinne; na kadhalika mpaka tufikie Ngwazi wa Tanzania. Hilo si jambo la kuzungumzwa tena; limezungumzwa, na limefanyiwa uamuzi wa mwisho.

Kuhusu suala la utaratibu wa kuchagua Makamu wa Rais Kamati Kuu ya CCM ilikuwa imeamua kupendekeza kwa Halmashauri Kuu ya Taifa kwamba tuendelee na utaratibu wa sasa, kama "Wazanzibari" wanavyopendelea! Bila maelezo ya kuridhisha. Katika kutoa maoni yangu nilipendekeza na kusisitiza kuwa tukubali mapendekezo ya Kamati ya Bomani.

Kikao cha Halmashauri Kuu

Nilikuwa sikukusudia, wala nilikuwa sikusudiwi na wale walioniita, kuhudhuria Kikao cha Halmashauri Kuu ya Taifa. Nilitumaini kuwa baada ya mazungumzo yetu ya faragha viongozi wetu watapenda kuutazama upya uamuzi wao wa kukataa mapendekezo ya Kamati ya Bomani. Lakini nilipoambiwa asubuhi ya siku ya pili yake kwamba Kamati Kuu itayapeleka mapendekezo yake katika Halmashauri Kuu vilevile yalivyokuwa, niliomba nipatiwe nafasi nikatoe maoni yangu mbele ya Halmashauri Kuu ya Taifa na kueleza kwa nini naamini kuwa Viongozi wetu watafanya makosa wakikataa mapendekezo ya Kamati ya Bomani.

Pamoja na mambo mengine nilieleza kuwa sehemu moja ya mapendekezo ya Kamati ya Bomani, ile inayosema Mgombea akitoka upande mmoja mwenziwe atoke upande mwingine wa Muungano, inakusudiwa kusaidia Zanzibar. Maana ukiacha Mwenzi wa Mgombea Urais achaguliwe kutoka upande wowote wa Muungano, uwezekano wa wote wawili, Rais na Makamu, kutoka Tanzania Bara ni mkubwa sana. Mapendekezo ya Kamati ya Bomani yalikuwa yanahakikisha kwamba mmoja wa Viongozi wetu wakuu hao akitoka Bara mwingine atatoka Visiwani. Kwa hiyo ni vigumu sana kuona kwa nini "Wazanzibari" wanapinga utaratibu huu. Na ukiuliza sababu unaambiwa kuwa ni "nyeti!" Nikaonya: ikiwa "Wazanzibari" wataendelea na msimamo huu usioeleweka wala kuelezeka, maana ati ni "nyeti", Watanzania Bara wataanza kununa. Nikasema nimeanza kusikia minong'ono ya manung'uniko "mitaani". Nilirudia tena kutoa maoni yangu kuhusu vipindi vya urais.

Baada ya hapo niliondoka nikarudi Butiama. Baadaye niliambiwa kwamba mjadala uliofuatia haukuwa mzuri sana; na Viongozi wetu badala ya kulizungumza suala la uchaguzi wa Makamu wa Rais wazi wazi kabisa na kulifanyia uamuzi, waliliondoa katika Halmashauri Kuu kwa "janjajanja," wakalipeleka katika Bunge kuomba wapewe muda wa miaka miwili ya kulitafakari! Na Bunge likakubali! Wabunge wakapitisha utaratibu wa kuchagua Rais na kuahirisha utaratibu wa kuchagua Makamu wake mpaka hapo Viongozi wetu watakapopata ndoto nzuri zaidi - baada ya miaka miwili!

Baadaye Viongozi wetu walinitumia Wajumbe kuja kunieleza upya msimamo wa Serikali, na kuniomba nielewe. Nakumbuka vizuri sana mmoja wa Wajumbe hao, mtu msema kweli sana, alinikosoa kwa kwenda katika Halmashauri Kuu ya Taifa na kutaja minong'ono ya "mitaani"! Nakumbuka pia kwamba nilisisitiza: Waambieni Viongozi wetu: Tatizo si mimi, tatizo ni "Wazanzibari" na wale wanaounga mkono msimamo wao. Hao ndio wanaofaa -kutumiwa ujumbe; mimi ni mwelezaji tu wa tatizo lililopo ikiwa tutaendelea na huu msimamo "nyeti" usiokuwa na maelezo. Wazee hawa waliendelea kuja kuniona au Msasani au Butiama.

Baadaye suala la Zanzibar kuingia katika OIC likazuka. Hilo nalo Viongozi wetu wakaliombea Bungeni, na wakapewa, muda wa mwaka mmoja wa kulitafakari! Suala la kuvunja Katiba ya Nchi yetu!

Butiama 2.8.1993

Masuala mawili hayo, (i) msimamo wa Zanzibar kuhusu utaratibu wa kuchagua Makamu wa Jamhuri ya Muungano, na (ii) Zanzibar kuingia katika OIC ndiyo yaliyokuwa sababu ya ujumbe wa mara kwa mara kati yangu na Rais wa Jamhuri ya Muungano; na ndiyo Rais na mimi tulikuwa tukiyazungumza Butiama, tarehe 2 Agosti,1993. Baada

ya kuyazungumza kwa muda mrefu na kuelewana nini
la kufanya, Rais akanifahamisha kwamba Waziri Mkuu
kamletea habari kwamba:

a)   Wabunge 44 wamejiandikisha kupeleka Bungeni
hoja ya kudai Serikali ya Tanganyika;

b)   Kwa maoni yake hoja hiyo ikijadiliwa Bungeni,
baadhi ya Mawaziri wataiunga mkono, na yeye
mwenyewe atapata tatizo la kuipinga au kuiunga
mkono;

c)   Anapendekeza ifanywe Semina ya Wabunge wote
na Viongozi wa Zanzibar, ikiwamo Serikali ya
Mapinduzi na Wajumbe wa Baraza la Wawakilishi,
ili hoja hiyo izungumzwe na ipingwe nje ya Bunge,
na

d)   Rais aniombe nikubali kushiriki katika Semina
hiyo.

Nilimwambia Rais kwamba niko tayari kushiriki katika
semina iliyopendekezwa na Waziri Mkuu. Lakini kwa kuwa
tunakubaliana kwamba hoja ya Wabunge ni matokeo ya
msimamo wa Zanzibar kuhusu masuala mawili hayo, itafaa
tuyamalize kabla ya kukabiliana na Wabunge. Sikusema
kuwa tusipoyamaliza vema sitapinga hoja ya Wabunge;
nilisema, nadhani kwa kusisitiza, kwamba hoja hiyo kwa
vyovyote mimi nitaipinga; lakini "hali ya hewa" itakuwa ni
tofauti kama hoja inapingwa baada ya Zanzibar kukubali, au
kukataa kubadili msimamo wake, na Serikali ya Muungano
itakuwa imeonyesha msimamo gani katika masuala hayo.

Dar es Salaam 5.8.1993

Kikao tulichofanya Dar es Salaam kuendeleza mazungumzo haya tulikuwa na Rais na Makamu wake wote, na Waziri Kiongozi na Viongozi wengine wa Zanzibar, na Manaibu wa Katibu Mkuu wa CCM. Katibu Mkuu hakuwapo. Pamoja na kwamba mazungumzo hayo yalikuwa magumu, lakini tulikubaliana katika kikao hicho:-

(i) Zanzibar itoke katika OIC;

(ii) Tukubali mapendekezo ya Kamati ya Bomani kuhusu utaratibu rnpya wa kuchagua Makamu wa Rais wa Jamhuri ya Muungano;

(iii) Hoja ya Serikali Tatu ipingwe, na mimi nisaidie kuipinga; na

(iv) Kamati Kuu iitwe ili itoe uamuzi wake rasmi kuhusu masuala haya.

Siku hiyo hiyo baadhi ya Wabunge, Viongozi wa hoja ya Serikali Tatu, waliomba kuja kuonana nami Msasani. Tulizungumza kwa muda mrefu; na wote walisema; wakieleza sababu zao za kudai Serikali ya Tanganyika. Nilisisitiza kwao kwamba zote zilikuwa ni sababu za kuwataka wawadhibiti Viongozi wetu, na kuwataka watuongoze kwa kufuata sheria na Katiba ya Nchi yetu. Hapakuwa na sababu hata moja ya kuwafanya wadai Serikali ya Tanganyika, maana hata ukiwa na Serikali ya Tanganyika bado Viongozi wetu wanaweza kukiuka sheria na Katiba ya Nchi, na dawa haitakuwa ni kuigawa nchi tena na kuongeza Serikali, bali nikuwadhibiti Viongozi wahalifu. Baadaye hoja hizi nilizirudia Bungeni.

Siku iliyofuata, tarehe 6.8.1993, mimi niliondoka kwenda Brussels, Ubelgiji, kumwakilisha Rais katika mazishi ya Mfalme wa nchi hiyo. Huku nyuma Kamati Kuu iliitwa. Niliporudi tarehe 9.8.1993 Kamati hiyo ilikuwa inakutana Dar es Salaam. Ilipokwisha kufikia uamuzi wake, Viongozi waliotumwa kuja kunieleza uamuzi huo walikuwa ni Waziri Mkuu, Katibu Mkuu, wa CCM, na Waziri Kiongozi. Msemaji wao alikuwa ni Katibu Mkuu.

Uamuzi wa Kamati Kuu 10.8.1993

   (i)   OIC Zanzibar itoke;

   (ii)   MAKAMU WA RAIS Mapendekezo ya Kamati ya Bomani yakubaliwe;

  (iii)   HOJA YA SERIKALI TATU: Ipingwe;

  (iv)   SEMINA: Isifanyike; badala yake mazungumzo yafanyike katika Kamati ya Chama ya Bunge.

Baadaye Rais alinifahamisha kwa simu kwamba yeye sasa alikuwa hakusudii kwenda kusema na Wabunge, lakini akanitaka mimi niende. Inaelekea kuwa baadhi ya Viongozi waliona kuwa Rais akienda kusema atawazuia Wabunge wenye hoja kutoa dukudukudu zao bila hofu. Kwa kuwa nilikuwa nafahamu kwamba baadhi ya Viongozi wa Chama na Serikali walikuwa na maoni hayo hayo kuhusu kushiriki kwangu, nilimwambia Rais kwamba itafaa na mimi nisiende kusema Bungeni. Na kwa vyovyote vile kushiriki kwangu kulitegemea kushiriki kwake; lakini kama yeye haendi kusema na Wabunge, mimi nitakwenda kama nani

na kutafuta nini? Kwa hiyo yafaa wote wawili tusiende.
Tukakubaliana hivyo.

Nyumbani kwa Rais 13.8.1993

Baadaye Rais akanipigia simu tena na kuniambia kuwa
Waziri Mkuu alipoelezwa makubaliano yetu ya kutokwenda
kusema na Wabunge amechachamaa. Nikamwomba
Rais amwambie Waziri Mkuu asiondoke ili niende, wote
watatu tuzungumze la kufanya. Nikaenda; tukazungumza;
kwa muda mrefu. Waziri Mkuu akanisihi sana sana,
niende Bungeni, *nikasaidie kupinga hoja ya Serikali Tatu.*
Nikakubali, nikisisitiza mambo mawili:

  i)   Rais awe ndiye msemaji mkuu, na mimi
       niwe msaidizi tu; na

  ii) Uamuzi wa Zanzibar kutoka katika OIC; na
       wa kukubali utaratibu wa kuchagua Makamu
       uwe umekwisha kutangazwa.

Nilisisitiza kwamba itafaa uamuzi wa Zanzibar kutoka
katika OIC uelezwe waziwazi, na bila kuvunga vunga, ili
makali ya Wabunge, kama ikiwezekana, yawe yamepunguzwa
kabla hatujapinga hoja ya Serikali Tatu.

Tulipokwisha kukubaliana hivyo Waziri Mkuu alifurahi
sana na kusema kwa Kiingereza: *"I could not take No for
an answer!"* Nisingekubali jibu la Hapana! Tukaachana.

Bungeni 14.8.1993

Kesho yake tarehe 14.8.1993 tulikwenda Bungeni.

  i)   Nadhani jana yake Waziri Mkuu alikuwa
       amekwisha kutangaza uamuzi wa Zanzibar

kutoka katika OIC, na wakubali mapendekezo ya Kamati ya Bomani kuhusu utaratibu wa kuchagua Makamu wa Rais wa Jamhuri ya Muungano. Na kwa upande wa Zanzibar Rais wa Zanzibar alikuwa amekwisha kufanya vivyo hivyo. Bungeni Waziri Mkuu alieleza sababu za kutuomba tuseme na, Wabunge.

ii) Rais alieleza historia ya kisa cha OIC na uamuzi wa Zanzibar kujitoa. *Akapinga hoja ya Serikali Tatu.*

iii) Mimi nilieleza kwa kirefu sana ile migogoro, miwili ya awali, na *kupinga hoja ya Serikali Tatu.* Katika kufanya hivyo nilieleza historia ya Muungano wa Serikali Mbili, badala ya Muungano wa Serikali Moja au Shirikisho la Serikali Tatu.

Mfumo wa Serikali Mbili: Kisanduku 1

Nchi mbili zinapoungana na kuwa Nchi Moja mifumo ya kawaida ya miundo ya Katiba ni miwili: Muungano wa Serikali Moja, au Shirikisho la Serikali Tatu. Kwa mfumo wa kwanza kila nchi itafuta Serikali yake, na Nchi mpya inayozaliwa itakuwa ni Nchi Moja yenye Serikali Moja. Katika mfumo wa pili kila Nchi itajivua madaraka fulani ambayo yatashikwa na Serikali ya Shirikisho, na itakuwa na Serikali ambayo itakuwa na mamlaka juu ya mambo yaliyobaki. Mambo yatakayoshikwa na Serikali ya Shirikisho ni yale ambayo yakibaki katika mamlaka ya nchi zilizoungana, basi, kwa kweli nchi hizo zitakuwa hazikuungana kuwa Nchi Moja, bali zinaendelea kuwa Nchi Mbili zenye ushirikiano mkubwa katika mambo fulani fulani. Nchi za Afrika Mashariki zilikuwa katika hali kama hiyo kabla ya kuvunjika kwa Jumuiya ya Afrika ya Mashariki. Zilikuwa ni Nchi Tatu zenye ushirikiano mkubwa, lakini hazikuwa Nchi Tatu zilizoungana kuwa Nchi moja yenye muundo wa Shirikisho. Shirikisho halisi la nchi mbili litakuwa ni Nchi Moja yenye Serikali tatu, Serikali ya shirikisho, na Serikali mbili za zile nchi mbili za awali zilizoungana na kuzaa nchi mpya moja.

Tanganyika na Zanzibar zilipoamua kuungana na kuwa Nchi Moja, tungeweza kufuata mmojawapo wa mifumo hiyo ya kawaida. Lakini tulishindwa kufanya hivyo kwa sababu ya udogo wa Zanzibar na ukubwa wa Tanganyika. Zanzibar ilikuwa ina watu laki tatu (300,000) na Tanganyika watu milioni kumi na mbili (12,000,000). Muungano wa Serikali Moja ungefanya ionekane kama Tanganyika imeimeza Zanzibar. Tulikuwa tunapigania Uhuru na Umoja wa Afrika; hatukutaka tudhaniwe, hata kwa makosa, kwamba tunaanzisha ubeberu mpya! Kwa hiyo mimi nilipinga mfumo wa Serikali Moja. Shirikisho la Serikali Tatu lingekuwa ni gharama kubwa mno kwa Tanganyika. Zanzibar ingeendesha Serikali yake na kuchangia gharama za kuendesha Serikali ya Shirikisho; na Tanganyika ingefanya vivyo hivyo. Lakini ni dhahiri kwamba mchango wa Tanganyika ndiyo hasa ungeendesha Serikali ya Shirikisho.

Kwa hiyo Tanganyika ingeendesha Serikali yake ya watu 12,000,000, na pia ndiyo ingetoa sehemu kubwa ya kuendesha Serikali ya Shirikisho la watu 12,300,000. Ni watu wanaofikiri kwa ndimi zao wanaodhani kuwa gharama ya Serikali yoyote kati ya hizo ingekuwa ndogo. Gharama ya Serikali ya Tanganyika isingekuwa ndogo, (waulizeni Wazanzibari), na wala ya Serikali ya Shirikisho isingekuwa ndogo, hata bila gharama za mambo yasiyo ya Shirikisho. Na gharama zote hizo kwa kweli zingebebwa na Tanganyika.

Kwa hiyo ilitupasa tujiulize kwa nini tunataka kuibebesha Tanganyika gharama zote hizo; na hasa kwa nini tunataka Serikali ya Tanganyika? Hivi tuna hofu ya kwamba Tanganyika, bila kuwa na Serikali yake, itaonekana kuwa imemezwa na Zanzibar? Hofu yetu ni kwamba tukiwa na Serikali Moja Tanganyika itaonekana kuwa imeimeza Zanzibar. Basi na tutafute muundo ambao utaiondolea Zanzibar hofu hii ya kumezwa, bila kuibebesha Tanganyika mzigo wa kuendesha Serikali mbili zenye uzito unaolingana.

Hivyo ndivyo tulivyofanya, na hiyo ndiyo asili ya muundo wa Muungano wa Serikali Mbili. Badala ya kutungua mfumo uliopo kama wapumbavu, tulitazama hali halisi yetu ilivyokuwa, na tukabuni mfumo utakaotufaa zaidi.

Labda ni vizuri kukumbusha kwamba shabaha ya baadhi yetu ilikuwa ni kuziunganisha nchi za Afrika ya Mashariki ziwe Nchi Moja. Na wakati Zanzibar na Tanganyika zinaungana, Kenya, Uganda na Tanganyika zilikuwa katikati ya mazungumzo ya kutafuta uwezekano wa kuungana. Kama jambo hilo lingetokea, nina hakika kabisa kwamba mfumo wa nchi mpya ambayo ingezaliwa ungekuwa ni wa Shirikisho; ama Shirikisho la Nchi Tatu zenye Serikali Nne, au Shirikisho la Nchi Nne zenye Serikali Tano. Kwa kweli hata kesho Nchi za Afrika ya Mashariki zikiamua kuungana, na Tanzania ikawa ni mshiriki, naamini kuwa ni rahisi zaidi kushirikisha Tanzania yenye Serikali Mbili, ya Zanzibar na ya Tanganyika - kuliko, Tanzania yenye Serikali Mbili, ya Tanzania na ya Zanzibar. Wapendao Utanganyika watakuwa wazalendo zaidi, badala ya kuwa wasaliti, wakiazimia Afrika ya Mashiriki iliyoungana kuwa Nchi Moja, kuliko Tanzania iliyotengana ikawa nchi Mbili.

Siku ya pili yake, tarehe 15.8.1993, Wabunge wenye hoja yao, na wengine zaidi, waliomba tena kuja Msasani 'Tunywe chai'. Na baada ya mazungumzo nao ilikuwa ni dhahiri kabisa kwangu, kwamba hata kama hawakuondoa hoja yao, (wala mimi sikuwaomba waiondoe), wataitumia kutoa dukuduku zao tu; hawataitumia kung'ang'ania kudai Serikali ya Tanganyika. Kwa hiyo sikushangaa baadaye nilip0sikia kuwa waliiondoa hoja yao ya awali, na badala yake wakaleta hoja ya kutafuta maoni ya Wananchi. Mimi kwa upande wangu nilihisi kuwa hoja mpya hii ilikuwa na shabaha ile ile ya "kunawa uso", kama Zanzibar kusema kuwa wanatoka katika OIC, lakini utafanywa uchunguzi wa kuona kama Tanzania inaweza kuingia katika OIC.

Huko nyuma baadhi ya Viongozi wa Zanzibar, wapinzani wa Muungano, wamewahi kudai tufanye referendamu Zanzibar kuhusu Muungano, tukakataa, kwa sababu safi kabisa. Maoni haya ya Wabunge wa Bara, ambao mimi naamini kabisa si wapinzani wa Muungano, nayo yangeweza kukataliwa na Chama na Serikali, kwa sababu zile zile, na mambo yakaisha.

Serikali Inasarenda

Baadaye, nadhani siku iliyofuatia, niliitisha kikao cha Watangazaji wa Habari, nikapinga kwa kirefu hoja ya Utanganyika. Wakati naondoka Dar es Salaam ili kurudi Butiama, niliamini kabisa kwamba Serikali itaendeleza Bungeni, na kama hapana budi nchini, kazi hii tuliyoanza kwa pamoja, ya kupinga hoja ya Serikali Tatu. Sikuwa na sababu yo yote ya kuhofia kuwa siku chache tu baadaye Serikali itageuza msimamo wake na kufanya "abautani."

Sijui lililotokea, maana kila nilipouliza sikupata maelezo. Kama nilivyokwisha kusema hapo nyuma baadaye Wabunge wahusika waliiondoa hoja yao ya awali ya kutaka Bunge lipitishe azimio la kudai Serikali Tatu, wakaleta hoja mpya ya kutaka Serikali ifanye referendamu ya kutafuta maoni ya wananchi kuhusu suala hili. Nasema, Serikali ingeweza kuikataa hoja hii kwa maelezo safi kabisa na mambo yakesha. Au kama wangeona kuwa si siasa nzuri kuipinga hoja hii nayo, wangeweza kuikubali, na mimi nina hakika, Wananchi wangeikataa na mambo yakesha.

Lakini Serikali ya Muungano, bila maelezo ilikataa hoja mpya ya Wabunge ya kutaka maoni ya wananchi, *na yenyewe ndiyo ikafufua hoja ya Utanganyika,* na kupendekeza kwamba badala ya hoja ya Serikali Tatu kujadiliwa Bungeni na kupigiwa kura, Bunge zima, pamoja na Serikali yenyewe, likubali hoja hiyo, *bila mjadala!* Kumbe jambo ambalo Viongozi wetu walikuwa wanahofu kabisa kabisa ni mjadala, maana huo ungewalazimisha kujitambulisha, kama si katika mjadala wenyewe, basi wakati wa kupiga kura, hasa ikiwa ni kura ya kuita Mbunge mmoja mmoja kwa jina, pamoja na Mawaziri wetu! Badala ya kupita katika adha hiyo wakaona afadhali wakubali Serikali Tatu, bila mjadala. Basi Serikali yetu ikanywea ghafla tu, kama mpira uliotoboka au puto lililopasuka. Nadhani hata Wabunge wenye hoja ya awali walishangaa!

Kuongoza ni kuonyesha njia. Viongozi wetu walikuwa wametumwa na Chama chao waende Bungeni, Bunge la Wanachama watupu wa CCM wakawaonyeshe njia. Wakawaambie Wabunge wahusika kwamba hoja yao ya kutaka Serikali Tatu ni kinyume cha sera ya Chama chao, na ina hatari ya kuigawa na kuiangamiza Nchi yetu. Waliagizwa wazi wazi wakaipinge hoja hiyo. Wakapata mtihani mdogo sana Bungeni. Wakasarenda. Wakatupa silaha chini; wakasalimu amri. Viongozi hawa hawawezi kusimama mbele ya Kamati Kuu, au mbele ya Halmashauri Kuu ya Taifa, na kusema kwa fahari kama wawani hodari: Kazi mliyotutuma tumeikamilisha! Wala

hawataki kukubali matokeo ya kusarenda kwao. Badala
yake, bila aibu, na baada ya kumfikisha Rais katika hali
ngumu, jitihada zao zote tangu wakati huo zimekuwa
ni kutaka Chama kizima na sisi wengine wote tukubali
msimamo wao wa kusarenda.

Kwa sababu uamuzi wa kutaka Serikali ya Tanganyika
"ndani ya Muungano" ulifanywa na Viongozi wetu kwa
hila, na kupitishwa Bungeni bila mjadala, sisi wengine
na Nchi nzima hatukujua lililotokea. Baadaye tulifahamu
kwamba huo ndiyo uliokuwa uamuzi wa "Bunge zima"
kutokana na kauli ya Mheshimiwa Pius Msekwa;
aliyekuwa msimamizi wa kikao cha Bunge kilichofikia
uamuzi. Nadhani Viongozi wetu walitaka kuendelea
kuficha na kuuvunga vunga, lakini yeye akatoboa. Nasikia
baadaye aliitwa akakemewa. Sijui kwa nini!

Dodoma II 14.10.1993

Nilipokwisha kuhakikishiwa kuwa kweli sasa sera ya
Serikali Tatu ndiyo sera rasmi ya Bunge la Muungano na
Serikali ya Muungano, nilijaribu kupata maelezo kutoka
kwa Viongozi wetu; lakini sikufanikiwa. Waziri Mkuu
nilipomwuliza kama kweli wamebadili sera, alicheka tu!

Nilikuwa na safari ya kutembelea nchi za Asia kwa
shughuli zinazotokana na uenyekiti wangu wa Tume ya
Nchi za Kusini. Niliporudi kutoka safari nilijaribu tena
kuonana na Viongozi wetu ili nipate maelezo. Lakini
sikufanikiwa kumpata Kiongozi ye yote mhusika.
Nilipopata habari kwamba Halmashauri Kuu ya Taifa

itakutana Dodoma, nilihisi kuwa bila shaka Viongozi wetu wataeleza kwa nini wameacha msimamo wa Chama na maagizo ya Kamati Kuu ya kupinga hoja ya Utanganyika, wakaamua kukubali hoja hiyo. Basi nikaomba angalau nipatiwe nafasi nihudhurie kikao hicho cha Halmashauri Kuu ya Taifa, ili nami nisikie maelezo watakayoyatoa. Baada ya maajabu ambayo haina maana kuyaeleza, nilikubaliwa nikaenda Dodoma.

Kikao cha Faragha

Safari hii pia tulikuwa na vikao viwili. Kwanza ni kikao cha faragha wakiwapo Viongozi Wakuu wote wa Chama na Serikali, na wengine wa nyongeza. Kilikuwa kikao kirefu na kigumu. Sina kawaida ya kulizwa na mambo ya siasa, lakini katika kikao hicho nilishindwa kujizuia kulia. Sikupata maelezo ya maana ya kuwafanya watu wazima wafanye walivyofanya.

Nilipouliza kwa nini hawakupinga hoja ya Serikali Tatu, kama tulivyokuwa tumekubaliana, majibu ya Viongozi wetu Wakuu yalikuwa ni ya ajabu kabisa. Ati Wabunge wenye hoja, baada ya kuonana nami Msasani, walikwenda Bungeni wakiwa wakali kama mbogo! Tena walikuwa wakiwatukana wenzao (yaani Wabunge Wazanzibari), kwa kuwataja majina!

Hizi ni sababu za ajabu sana za kuwafanya Viongozi watu wazima watelekeze msimamo mzima wa Chama chao na makubaliano ya watu makini kuutetea msimamo huo, na waamue kuikumbatia hoja ya mbogo wakali! Huu

ni uongozi wa ajabu kabisa! Nilipowabana zaidi Viongozi
wetu niliahidiwa kuwa maelezo mazuri zaidi yatatolewa
kesho yake na Waziri wa Sheria na Mambo ya Katiba
katika kikao cha Halmashauri Kuu ya Taifa.

Kikao cha Halmashauri Kuu

Hakika siku ya pili yake Wajumbe wa Halmashauri Kuu
ya Taifa waligawiwa "TAARIFA YA SERIKALI JUU YA
AZIMIO LA BUNGE KUHUSU HAJA YA KUUNDA
SERIKALI YA TANGANYIKA NDANI YA MUUNDO
WA MUUNGANO". Taarifa yenyewe ni ndefu, maana
ina maelezo mengine ya mapambo tu, au ya kiinimacho.
Lakini vipengele vinavyohusika na suala lenyewe vilikuwa
ni vichache, na nimevinukuu kwa ukamilifu, (tazama
kisanduku 2).

Tarehe 30 Julai, 1993 wakati mkutano wa Bunge la
Bajeti ukiendelea, zaidi ya Wabunge 50 kwa pamoja,
walitoa taarifa ya kusudio la kuwasilisha hoja Bungeni
ambayo inadai, miongoni mwa mambo mengine.

"
....

*KWA KUWA kuendelea mfumo huu wa
Muungano usiowaridhisha wananchi wengi
wa upande mmoja ni kuhatarisha kuendelea
na kudumu kwa Muungano na pia kuathiri
uelewano kati ya watu pande zote mbili; na*

....

KWA KUWA uwezekano wa kuunda Serikali Moja ya Jamhuri ya Muungano kwa nchi nzima kwa mambo yote haujajionyesha;

....

HIVYO BASI Wabunge hawa wanaliomba Bunge la Jamhuri ya Muungano katika Mkutano wake wa kumi na Mbili unaofanyika Dar es Salaam LIAZIMIE kwamba;

"Serikali ya Jamhuri ya Muungano ilete miswada Bungeni, kabla ya Februari, 1994, kurekebisha Katiba ya Jamhuri ya Muungano ili kuwezesha uundaji wa Serikali ya Tanzania Bara itakayoitwa 'Serikali ya Tanganyika' ndani ya Muundo wa Muungano."

Tarehe 12 Agosti, 1993, hotuba ya Kuwasilisha Makadirio ya Wizara ya Sheria na Mambo ya Katiba ilisomwa Bungeni. Katika hotuba hiyo, Serikali ilielezea kusudio la kuandaa Waraka wa Serikali (White Paper) kutafuta maoni ya wananchi kuhusu Muundo wa Muungano. Tarehe 20 Agosti, 1993 Wabunge wahusika waliwasilisha taarifa nyingine inayobadilisha ile hoja ya awali iliyosambazwa kwa Wabunge wote. Hoja mpya ilikuwa inalitaka Bunge liazimie kwamba:

"Serikali ya Jamhuri ya Muungano wa Tanzania iandae Kura ya maoni ambayo itafanyika kabla ya tarehe 31 Desemba, 1994 ili kupata Maoni ya Wananchi wa Tanzania juu ya kuundwa kwa 'Serikali ya Tanganyika' ndani ya Muundo wa Muungano utakaozingatia mabadiliko hayo."

Kutokana na taarifa hizi, Baraza la Mawaziri lilifanya kikao cha dharura ili kutafakari taarifa hizi na athari zake kama zingewasilishwa Bungeni na Kupigiwa kura. Kwanza kabisa, inaonekana kwamba hoja ya awali ingekuwa vigumu kutekelezeka kutokana na muda mfupi uliowekwa kufikia Februari, 1994, na pia haikutoa fursa ya kupata maelekezo ya Chama wala Serikali zetu mbili kushauriana.

Kwa kutambua kwamba Bunge linafanya maamuzi yake kwa njia ya kura baada ya mijadala ya wazi, Serikali iliona kwamba hoja yoyote kati ya hizi ingewasilishwa Bungeni, ingeweza kuligawa Bunge, kukigawa Chama chetu na kuwagawa wananchi katika suala zito kama hili la Muundo wa Muungano. Kuhusu suala la kura ya maoni, Serikali iliona kwamba utekelezaji wake ni sawa na kufanya uchaguzi mkuu, jambo ambalo ni la gharama kubwa.

Aidha, kwa kuzingatia kwamba kura ya maoni kupigiwa suala linalohitaji jibu la 'NDIYO' au 'HAPANA', ni vigumu kupata swali lililo wazi kwa wananchi ambao hawana uzoefu wa utaratibu huu wa kura ya maoni.

Pamoja na hayo, kwa kuzingatia kwamba uamuzi wa kura ya maoni ni lazima ukubalike katika sehemu zote mbili za Muungano itakuwa vigumu kupata uwiano wa kura utakaokubalika pande zote mbili kuwa ndio kiwango cha uamuzi.

"Pamoja na juhudi za Serikali zote mbili kupitia Kamati ya Pamoja, Serikali zetu pia zilifikia makubaliano na kufanya maamuzi kuhusu baadhi ya matatizo mazito yaliyokuwepo katika Muungano wetu. Maamuzi hayo ni:

a) Serikali ya Mapinduzi Zanzibar kukubali Zanzibar kujitoa katika uanachama wa'OIC';

b) Utaratibu wa kumpata Makamu wa Rais wa Jamhuri ya Muungano uwe ni kwa njia ya kupigiwa kura kwa pamoja na mgombea Urais (running mate).

"Kwa msingi huu na kwa kuzingatia maamuzi ya awali ya Serikali ya kutaka kupata maelekezo ya Chama na maoni ya wananchi kuhusu muundo utakaotatua matatizo ya Muungano, Serikali iliona kuna umuhimu wa kushauriana na Wabunge waliohusika ili kupata muafaka wa maudhui ya hoja yenyewe. Muafaka huo ulifikiwa katika Kikao cha Kamati ya Wabunge wakikaa kama Kamati ya Chama tarehe 22/8/93. Kutokana na muafaka huo hoja ya Wabunge ilirekebishwa na azimio la Bunge kupitisha kwa kauli moja kwamba:

> *"Serikali iandae na kusimamia*
> *utaratibu utakaoshirikisha wananchi*
> *na taasisi mbalimbali ili kufikisha*
> *Bungeni kabla ya Aprili, 1995*
> *mapendekezo ya muundo muafaka wa*
> *Muungano ambao utazingatia haja ya*
> *kuwepo Serikali ya Tanganyika ndani*
> *ya Muungano pamoja na mambo mengine."*

Azimio hili linaagiza mambo mawili yaliyo wazi:

a) kupatikana kwa muundo muafaka wa Muungano ambao unazingatia haja ya kuwapo Serikali ya Tanganyika.

b) kuwepo na utaratibu wa kushirikisha wananchi na taasisi mbalimbali utakaosimamiwa na Serikali kabla ya mapendekezo ya mwisho kufikishwa Bungeni.

Kwa kuwa suala la muundo wa nchi ni zito, na ni la Kikatiba, ushirikishwaji wa wananchi ni jambo lisiloweza kuepukwa. Aidha kwa uzoefu wetu na hali halisi ya nchi yetu, ni lazima utaratibu wo wote utakaokubalika, uwezeshe Serikali ya Jamhuri ya Muungano kushauriana na Chama na Serikali ya Mapinduzi Zanzibar.

Hatua za serikali baada ya azimio na mapendekezo

Kutokana na Azimio la Bunge, Serikali ya Jamhuri ya Muungano imeona kwamba suala la muundo wa Muungano sasa linahitaji kufanyiwa kazi na kupatiwa uamuzi haraka zaidi na hivyo ni muhimu kuwasilishiwa kwenye Chama mapema kwa maelekezo, bila kusubiri mapendekezo ya Kamati ya pamoja ili kuondoa hisia kwamba Serikali inajaribu kulikwepa suala hili.

Katika hali hii Serikali inapendekeza kwamba Halmashauri Kuu ya Chama iafiki pendekezo la Serikali la kuandaa Waraka wa Serikali wa kutafuta maoni ya wananchi (White Paper) kuhusu muundo muafaka wa Muungano kwa kuzingatia mambo yafuatayo:-

a) Dhana ya kuwa na Serikali tatu ndani ya Muungano, yaani Serikali ya Muungano, Serikali ya Mapinduzi Zanzibar na Serikali ya Tanganyika ikubalike. Muungano wa aina hii kwa Sheria za Katiba na za Kimataifa ni wa Shirikisho (Federation).

b) Kwamba muundo uwe ni Muungano wenye Serikali tatu yaani Serikali ya Muungano, Serikali ya Tanganyika na Serikali ya Mapinduzi Zanzibar. Ikumbukwe kwamba neno Muungano linavyofahamika kwenye Sheria za Katiba na za Kimataifa linamainisha kwamba majukumu yote ya msingi ya dola yanahamishiwa kwenye Serikali ya Muungano."

Haya ni maelezo ya ajabu sana kutoka kwa watu wazima kwenda kwa watu wazima wengine. *"Kwanza kabisa"*, Serikali yetu iniambia Halmashauri Kuu ya Taifa, "inaoneka*na kuwa hoja ya awali ingekuwa vigumu kuitekeleza kutokana na muda uliowekwa kufikia Februari, 1994, na pia haikutoa fursa ya kupata maelekezo ya Chama wala Serikali zetu mbili kushauriana."* Aidha,

"Kwa kutambua kwamba Bunge linafanya maamuzi yake kwa njia ya kura baada ya mijadala ya wazi wazi, Serikali iliona kwamba hoja yoyote kati ya hizi ingewasilishwa Bungeni ingeweza kuligawa Bunge, kukigawa Chama chetu na kuwagawa wananchi katika suala zito kama hili la Muundo wa Muungano."

Kwanza, hii "hoja ya awali" ambayo Waheshimiwa hawa wanasema hawakuwa na muda wa kutosha kuitekeleza ni Ile ya kutaka Serikali Tatu, ambayo kwanza, ni kinyume na sera ya Chama, pili, walikuwa wameagizwa na Kamati Kuu ya CCM siku chache zilizopita wakaipinge Bungeni; tatu, tarehe 12 Agosti, 1993, Serikali yenyewe ilikuwa imeliambia Bunge kwamba ilikuwa inaandaa waraka wa kutafuta maoni ya Wananchi kuhusu suala hili; na nne, (na pengine kutokana na kauli hii ya Serikali), tarehe 20 Agosti, 1993, Wabunge wahusika walikuwa wamekwisha kuondoa hoja yao ya awali, nao wakaleta hoja mpya ya kuitaka Serikali ifanye referendamu ya kutafuta maoni ya Wananchi.

Labda Waheshimiwa Wabunge nao waliona kuwa hoja hii ya kudai Serikali tatu ikiwasilishwa Bungeni, ingeweza kuligawa Bunge, kukigawa Chama chetu, na kuwagawa Wananchi katika suala zito kama hili la Muundo wa Muungano". Mimi siamini hivyo; naamini kuwa kama ingewasilishwa Bungeni ili ijadiliwe, ingejadiliwa ikakataliwa na mambo yakesha. Maamuzi yoyote ya kidemokrasia hayana budi yatokane na mjadala. Bila mjadala, maamuzi, hata yaliyo muhimu kabisa, yatafanywa kwa nguvu au kwa hila.

Lakini kwa vyovyote vile, hoja hii, Wabunge wahusika walikwisha kuiondoa. Kama viongozi wetu waliamini kuwa kujadiliwa kwake kutaleta mgawanyiko huo waliouhofu, kwa hiyo ndio utaweza kugawa Bunge, na Chama, na Wananchi, lakini kutekelezwa kwake hakutakuwa na matokeo hayo? Na ni nani alikuwa amewatuma wakaitekeleze?

Pili, Chama ambacho walikuwa hawakupata fursa ya kupata maelekezo yake kuhusu hoja ya Serikali Tatu mpaka sasa sikijui! Chama cha Mapinduzi kilikwisha kutoa maelezo yake zamani sana, kilipolikataa pendekezo la Tume ya Jaji Nyalali; Waziri Mkuu alikuwa amelieleza hivyo Bunge kwa maelezo mazuri sana; na Kamati Kuu ilikuwa imeyarudia siku chache tu kabla ya Serikali haijaamua kuipitisha hoja hiyo Bungeni. Serikali ilitaka maelekezo ya Chama gani? Na Serikali zetu mbili zilitakiwa zishauriane kuhusu nini? Serikali zote mbili ni za Chama cha Mapinduzi. Na Viongozi wake wote ni Wajumbe wa Kamati Kuu ya Halmashauri Kuu ya Taifa, ambayo tarehe 10.8.1993 iliwaagiza wakaipinge hoja ya Serikali Tatu. Walitaka zishauriane juu ya jambo gani?

> *Hoja ya pili wanayoisema ni ile ya kura ya maoni. Wanasema: "Kuhusu suala la kura ya maoni, Serikali iliona kwamba utekelezaji wake ni sawa na kufanya uchaguzi mkuu, jambo ambalo ni gharama kubwa. Aidha, kwa kuzingatia kuwa kura ya maoni hupigiwa suala linalohitaji jibu NDIYO au HAPANA, ni vigumu kupata swali lililo wazi kwa*

> *wananchi ambao hawana uzoefu wa utaratibu*
> *huu wa kura ya maoni."*

Ni vigumu kuelewa kwa nini watu walio tayari kuwabebesha Wananchi mzigo wa Serikali Tatu za kudumu, wanahofu gharama za kura ya maoni ya mara moja! Na kama Viongozi wetu ni wapumbavu kiasi cha kwamba hawawezi kutunga swali "Je, unataka Serikali Tatu?" Au "Je, unataka Serikali ya Tanganyika?" kazi hiyo wangeweza kuwaachia wataalamu wenye uwezo zaidi! Ila wasiwatukane Watanzania, ambao miaka yote hii wamekuwa wakipiga kura za NDIYO au HAPANA, kwamba ati wakiulizwa swali kama hili watashindwa kulijibu.

> *Ati kuuliza watu*
> *"Serikali ziwe tatu?"*
> *Ni swali gumu ajabu,*
> *Watashindwa kulijibu.*
>
> *Tena ati wanasema*
> *Walihofia gharama,*
> *Ila Serikali tatu*
> *Gharama zake si kitu.*

"*Pamoja na hayo*," Taarifa ya Serikali inaendelea, "*kwa kuzingatia kwamba uamuzi wa kura ya maoni ni lazima ukubalike katika sehemu zote mbili za Muungano, itakuwa vigumu kupata uwiano wa kura utakaokubalika pande zote mbili kuwa ndio kiwango cha uamuzi.* "Hii ni *abrakadabra* ambayo sielewi kabisa maana yake. Lakini kwa vyovyote vile hoja ya kura ya maoni ingeweza kukataliwa, na mambo yakesha. Kwa nini Serikali haikufanya hivyo, ila badala yake ikafufua hoja ya Serikali Tatu?

Usugu wa Viongozi

Jukumu la kueleza Taarifa hii ya Serikali katika Halmashauri Kuu ya Taifa aliachiwa Waziri wa Sheria na Mambo ya Katiba, Mheshimiwa Samuel Sitta. Baadaye, baada ya kikao, nilimtafuta Ndugu Sitta, nikampa pole kwa kupewa jukumu la kueleza jambo ambalo halielezeki. Mapema nilikuwa nimeambiwa kwamba alikuwa ametamka Bungeni hapo kwamba hoja ya kudai Serikali Tatu itakapoanza kujadiliwa, yeye ataipinga, maana jimbo lake la uchaguzi, Urambo, halikuwa limemtuma kwenda Bungeni kudai serikali ya Tanganyika.

Wabunge wote wakweli wangeweza kusema hivyo hivyo. Hata Waziri Mkuu na Katibu Mkuu wangeweza kusema hivyo hivyo. Wao ni wateuliwa na Rais, ambaye alikwisha kwenda Bungeni siku chache tu zilizopita, na kupinga hoja ya Serikali tatu. Katika kikao cha usiku wa jana yake nilikuwa nimewakumbusha hivyo Viongozi wetu waheshimiwa.

Kutokana na mazungumzo yaliyofuatia niliona kuwa bado tulikuwa tunayo nafasi ya kumaliza mgogoro huu bila madhara makubwa. Niliamini kabisa kwamba Serikali ikiondoa mapendekezo yake kukitaka Chama kikubali Serikali Tatu Halmashauri Kuu ya Taifa itaridhika, na wajumbe wake wengi watapumua pumzi za faraja. Na la maana zaidi, Nchi yetu itakuwa imeondolewa kwenye ukingo wa shimo la giza.

Nilihisi kuwa tatizo ambalo Rais atapata litatokana na Washauri wake, maana wao ndio wenye hoja, lakini kwa kuwa yeye ndiye mteuzi wao sikuona kwa nini wawe mgogoro mkubwa. Nilimwambia hivyo na kuahidi kuwa mimi nitakuwa tayari kumsaidia maeneo yale atakayoona kuwa anahitaji msaada wangu.

Naamini kuwa Rais alijaribu, lakini kama nilivyotazamia Washauri wake walikataa. Jitihada na hila za kushawishi Wajumbe wa Halmashauri Kuu wakubali hoja ya kuwa na Serikali Tatu ziliendelea. Hazikufaulu, Halmashauri Kuu ya Taifa ilikataa kubadili sera yake ya Muungano wenye Serikali mbili; jambo ambalo ndilo lililokuwa shabaha kuu ya Viongozi wetu Waheshimiwa.

Lakini hata hivyo walifaulu kuibabaisha Halmashauri Kuu hata ikakubali kupitisha Azimio la kutafuta maoni ya Wananchi kuhusu suala la Serikali Tatu. Mimi niliamini kwamba hili lilikuwa kosa. Hivi kila wakati CCM itakapotaka kubadili sera yake itatafuta kwanza maoni ya Wananchi? Halmashauri Kuu ya Taifa iliketi Unguja ikabadili Azimio la Arusha bila kwanza kutafuta maoni ya Wananchi. Na walikuwa na haki kufanya hivyo, maana sera ni yao. Ubaya wao ni kwamba jambo lenyewe walilifanya kwa hila na "janjajanja", na mpaka sasa wanaendelea kudanganya Wananchi kwamba sera ya CCM bado ni ya Ujamaa na Kujitegemea.

Ndivyo Viongozi wetu waheshimiwa wanavyojaribu kufanya hata katika suala hili la Muungano. Wanataka kuvunja Tanzania maana "wamechoka na Wazanzibari;"

lakini hawataki kusema hivyo wazi wazi. Wanachosema ni kwamba wanataka Serikali ya Tanganyika "ndani ya Muungano;" ingawa wanafahamu, maana si watu wapumbavu, kwamba ukifufua Tanganyika utaua Tanzania.

Muundo wa Muungano, pamoja na kwamba hatutaki uwe ukitibuliwa-tibuliwa mara kwa mara, ni suala la sera, si amri ya Mungu. Vyama vya siasa mbali mbali vinaweza vikawa na maoni mbalimbali kuhusu muundo unaofaa kwa Katiba ya Nchi yetu. Muundo utakaokubaliwa na Wanachi walio wengi ndio utakaokuwa sehemu ya Katiba ya Nchi.

Muundo wa Serikali mbili unakubaliwa na WananchSi, lakini unatokana na sera ya TANU na ASP, na kwa sasa CCM. Chama cha Mapinduzi kikipenda kinaweza kubadili sera hiyo ya muundo wa Serikali mbili bila kuuliza Wananchi kwanza.

Kinaweza kufanya hivyo kwa kuhisi kuwa hivyo ndivyo wanachi wengi watakavyo; lakini pia kinaweza kufanya hivyo kwa sababu kinaamini kuwa inafaa kufanya hivyo, hata kama Wananchi wengi hawakudai au hawapendi mabadiliko.

Pendekezo hili la kutaka Serikali ya Tanganyika lilizushwa kwanza na Tume ya Nyalali, bila madai ya Wananchi. Chama cha Mapinduzi kikalikataa, kwa sababu nzuri kabisa; lakini kingeweza kulikubali, kama kilivyokubali kuacha Mfumo wa Chama Kimoja na kuleta Mfumo wa Vyama Vingi, pamoja na kwamba wananchi walio wengi walipenda tuendelee na Mfumo wa Chama Kimoja. Maoni ya Wananchi yanaweza kukifanya Chama kibadili sera zake; lakini si lazima. Chama cho chote kinaweza kubadili sera zake bila kutafuta kwanza maoni ya Wananchi. Siku ya Uchaguzi Mkuu maoni ya Wananchi yatajulikana!

Nasema, niliamini kuwa ni kosa kwa Halmashauri Kuu ya Taifa kukubali Chama kiulize Wananchi kama inafaa tuwe na Serikali Tatu. Kwanza, kwa sababu hiyo niliyoeleza; na pili, hata kama CCM ingependa kubadili sera yake, kwa nini turukie Serikali Tatu? Kwa nini tusitake maoni ya Wananchi kuhusu Serikali Moja? Au hata kuhusu serikali za Majimbo? Tumejadili katika vikao gani tukakubaliana kuwa miundo mingine yote haifai, ila muundo unaofaa ni ule wa Serikali Tatu? Au hata Bunge lenyewe, limejadili miundo mbalimbali ya Muungano katika kikao gani, hata Wabunge waheshimiwa, pamoja na Waheshimiwa Mawaziri wetu, wakafikia uamuzi, baada ya mjadala, kwamba muundo peke yake unaofaa ni huu wanaopendekeza, wa kuwa na Serikali Tatu?

Hizi zote ni mbinu tu za Viongozi wetu waheshimiwa, kutaka kukiingiza Chama katika njia moja tu nyembamba, na kutuburura kama vipofu tuitumbukize Nchi yetu shimoni. Ni jitihada za kukifanya Chama, na sisi wengine wote, tuukubali msimamo wao wa kutaka kuigawa Nchi yetu.

Lakini kwa bahati njema, pamoja na kubabaishwa na Viongozi wetu, Halmashauri Kuu ya Taifa katika uamuzi wake wa kikao hicho ilirudia tena kusisitiza sera yake ya Muungano wa Serikali Mbili. Sehemu inayohusika ya Azimio la Halmashauri Kuu ya Taifa inasema:

*"Chama kifuatilie mjadala wa wananchi
juu ya Azimio hilo na kujipa nafasi ya
kujenga mtazamo wake kuhusu Muundo wa
Muungano kabla ya maamuzi ya mwisho.
Wakati huu CCM italinda sera yake ya
Serikali mbili."*

Ukizingatia jitihada na hila zilizotumiwa na Viongozi
wetu kuitaka Halmashauri Kuu ikubali hoja ya Serikali
Tatu, na pia ukizingatia msimamo wa Kamati Kuu yenyewe,
niliona kuwa hata kule kubaki tu na sera ya Serikali Mbili
ni ushindi, ambao bado unaweza kutumiwa kuiokoa
nchi yetu kutoka kwenye shimo la maangamizi. Lakini
nilitambua kuwa hali ni ngumu; maana Waheshimiwa
hawa walikuwa wametufikisha mahala ambapo Serikali ya
Muungano ina sera moja, na Chama cha Mapinduzi kina
sera nyingine. Na kwa hila na ujanja wa Viongozi wetu
Wabunge wa Tanzania wamefanywa waonekane kana
kwamba, katika suala hili, wote kabisa, wako upande wa
Serikali. Hawa si watu wajinga wanajua watendalo.

Bunge na Chama

Kabla ya kwenda Dodoma, na wakati tukiwa Dodoma,
niliambiwa, kwa niaba ya Waheshimiwa hao, kwamba
Chama cha Mapinduzi hakiwezi kupinga hoja ya Serikali
Tatu, maana hiyo sasa ni sera rasmi ya Bunge. Ati
Chama hakiwezi kupinga Bunge lake kwa mantiki ya
ajabuajabu Wabunge wanaweza kupinga Chama chao! Hiyo,
niliambiwa, ndiyo demokrasia halisi ya mageuzi. Nilirudi

Butiama nikalipa ada yangu ya CCM, na nikaandika utenzi
wa Tanzania! Tanzania!

> *"Sasa wana hoja nyemi,*
> *Ya kutaka kujihami,*
> *Ni hoja ya kudanganya,*
> *Na kutaka kujiponya.*

> *Wanasema Viongozi,*
> *Ati Chama hakiwezi,*
> *Kukataa sera hiyo,*
> *Ya kuvunja Muungano.*

> *Ati Serikali mbili,*
> *Sasa ni sera batili:*
> *Maana Bunge la watu,*
> *Limetaka ziwe tatu.*

> *Chama kisipobadili*
> *Hiyono sera batili,*
> *Kitapinga Bunge lake,*
> *Pia Serikali yake.*

> *Na hilo, wanatwambia,*
> *Ni kinyume cha sharia,*
> *Siyo halali kwa Chama,*
> *Kupinga Bunge la Umma!*

> *Kale twali tukiimba,*
> *Wimbo huu wa kasumba:*
> *Furaha kuu, furaha kuu!*
> *Mikono chini, miguu juu!*

Twaenda machi, twaenda machi!
Twaenda machi, furaha kuu!

Hizo hoja za Wakuu,
Za miguu kuwa juu,
Na vichwa vikawa chini,
Wabunge tahadharini.

Siyo zenu hoja hizi,
Ni hoja za Viongozi,
Msizipe uhalali,
Kwani ni hoja batili.

Wabunge wote wa Umma,
Asili yao ni Chama:
Wale wa kuchaguliwa,
Na walioteuliwa.

Sera zao za Bungeni,
Zatokana na Ilani,
Ya uchaguzi wa nyuma,
Ulofanywa na kauma,
Na wala si sera zao,
Ni sera za Chama chao.
Na sababu ya Ilani
Ni kutafuta idhini
Ya wananchi wenzenu,
Wakubali sera zenu.

Mkisha pata kibali,
Mtaunda Serikali,

Mtekeleze Bungeni,
Sera zenu, kwa idhini:
Na wale walowatuma,
Ni Chama pamwe na Umma.

Ndiyo ma'na ikasemwa,
Wabunge wakisha tumwa,
Wana kauli ya mwisho,
Wasikubali vitisho.

Wameshatumwa na chama,
Kwa idhini ya kauma,
Atowapinga ni nani,
Ila chama kipinzani?

Na kwa Chama kipinzani,
Kiloshindwa uwanjani,
Kupitisha sera zake,
Kupinga ni haki yake.

Bali kwa ambalo katu,
Hamkutumwa na watu,
Wala si la Chama chenu,
Ila ni mawazo yenu,
Hamuwezi mkasema,
Kukataliwa na chama,
Si halali si haramu,
Na ni kupinga kaumu.

Wanaweza viongozi,
Baada ya Uchaguzi,
Wakawa wanalo wazo,

Au wana pendekezo,
Wasotumwa na kauma
Wala si sera ya Chama.

Viongozi bila shaka,
Chama chao watataka,
Kijadili jambo hili,
Kipate kulikubali.

Likifanywa sera yao,
Kwa uchaguzi ujao,
Wataandika Ilani,
Waliombee idhini.

Endapo wapiga kura,
Wataikubali sera.

Ndipo terra Bunge lao,
La Umma na Chama Chao,
Litakwenda kutimiza,
Sera waliyoagiza.

Serikali haiwezi
Kwa hila za Viongozi,
Ikapitisha Bungeni
Sera iso na idhini
Ya Chama wala ya Umma,
Kisha ianze kusema,
Chama kikichamaa,
Sera kikaikataa,
Ati hiyo ni haramu,
Chama chapinga kaumu!

Ni nani alowatuma,
Kwa uchaguzi wa nyuma?
Jambo hili ni lao tu,
Hawakuturnwa na watu.
Kama wanalo haraka,
Kusubiri wamechoka,
Basi wasiwe ajizi,
Waitishe Uchaguzi,
Ufanywe hata mwakani,
Waliombee idhini.

Wanasema linapendwa,
Hawawezi wakashindwa,
Wanachohofu ni nini
Kuliombea idhini?"

Dodoma III 12.11.1993

Nadhani uamuzi wa kuitisha kikao cha mchanganyiko ulifanywa na Viongozi wetu katika kikao cha Dodoma II. Nimesema awali Kwamba Waziri Mkuu alipohisi kuwa baadhi ya Mawaziri wenzake wilikuwa wanaunga mkono hoja ya Utanganyika, na yeye kwa wakati huo alikuwa hajui aiunge mkono au aipinge, alipendekeza ifanyike semina ya Viongozi wote ili jambo hili lizungumzwe na lipingwe nje ya Bunge. Viongozi ambao wangehudhuria katika semina hiyo ndio walioalikwa kuja katika kikao cha mchanganyiko cha Dodoma.

Lakini shabaha ya kuwakutanisha ilikuwa imebadilika. Kama semina ya awali ingefanyika, shabaha ilikuwa ni kupinga hoja ya Wabunge, na mimi niliombwa niende nisaidie. Kamati Kuu ya CCM ikaamua kuwa hapakuwa na haja ya kufanya semina hiyo. Lakini baada ya kuona msimamo wa Halmashauri Kuu ya Taifa, na ugumu wa kushawishi wajumbe wake wakubali hoja ya Serikali Tatu, Viongozi wetu walifufua tena lile wazo la Semina. Huenda waliona wanahitaji msaada, na kwa kuwa sasa hoja ni ya Wabunge wote, walihisi kuwa itafaa itafutwe njia ya kuikutanisha, Halmashaurl Kuu ya Taifa pamoja na Wabunge wote. Na kwa kuwa isingetoa sura nzuri kuita Wabunge peke yao, ikapendekezwa kuwa Serikali ya Mapinduzi na Wajumbe wa Baraza la Wawakilishi nao waitwe!

Mazungumzo na maamuzi ya kikao hicho cha mchanganyiko yanafahamika vizuri zaidi, na hayana haja ya kuelezwa sana. Inatosha kusema kuwa wote walikubaliana, na baada ya mjadala wa wazi wazi, kwamba sera ya Serikali mbili ni sera ya Chama cha Mapinduzi. Wakapendekeza kuwa suala hili lizungumzwe na Wanachama wa CCM ili tupate maoni yao. Ni aina ya referendamu, lakini badala ya kutafuta maoni ya Wananchi wote, waulizwe wanachama wa Chama cha Mapinduzi, kama wanataka,

   (i)   Tubaki na sera ya Serikali Mbili;

   (ii)   Tuibadili na kuwa na sera ya Serikali Tatu; au

   (iii)   Tuibadili na kuwa na sera ya Serikali Moja

Jambo hili yafaa lisisitizwe. Viongozi wetu, kama kawaida yao, walipachika maneno "haja ya kuwa na Serikali ya Tanganyika," katika mapendekezo ya kikao cha pamoja.

Hizo ni hila; maelewano sivyo yalivyokuwa. Mapendekezo
ni kwamba sera ya Serikali Mbili, izungumzwe ndani ya
Chama ili kuona kama pana haja ya kuibadili. Kikao kile
hakikusema kuwa endapo Wanachama wetu wataamua
kubadili sera ya Serikali Mbili, basi wazingatie hoja na
haja ya kuwa na Serikali Tatu. Kwa bahati njema maswali
waliyoulizwa wanachama wa CCM yanazingatia na
kuheshimu uhuru wao, bila kujali hila hizi za viongozi.

Hapo ndipo tulipo hivi sasa. Mimi nitashangaa kabisa
ikiwa Wanachama wa CCM watasema kuwa wanataka
Serikali ya Tanganyika. Iwafanyie kazi gani ambayo haiwezi
kufanyika hivi sasa? Na kuvunja Muungano kutawafaa nini,
wao na raia wenzao? Na wana uhasama gani wa Wazanzibari,
au wamewafanyia nini, hata waseme wamechoka nao?

Haja ya Kuwajibika

Kabla ya kuondoka Dodoma kwenda Dar es Salaam
ambako nilionana na Watangazaji wa habari baadaye,
nilipata nafasi ya kuzungumza na Rais kuhusu matokeo
ya Mkutano wa Pamoja, na nini la kufanya. Nilimweleza
maoni yangu. Kwa kuwa mazungumzo haya yanayotakiwa
yafanywe na Wanachama wa CCM ni ya kusukumizwa,
na hayana maelezo, si busara kufanya haraka. Ilikuwa
imetangazwa kuwa Rais atateua Kamati ya kuratibu maoni
ya Wananchi. Nilitazamia kuwa badala yake atateua Kamati
ya kusimamia utaratibu wa kupata maoni ya Wanachama.

Nilishauri ateue Kamati ya watu makini; iongozwe na mtu
mwenye busara, iandae maelezo yatakayokuwa mwongozo
wa mazungumzo yatakayofanywa na wanachama wa CCM.

Wanachama hawana budi waelezwe kwa nini tunataka wazungumze muundo wa Muungano. Lazima tueleze tena asili ya muundo wa Serikali Mbili. Tuwasaidie Wanachama, na Wananchi kwa jumla, kuelewa sababu za muundo huo; uzuri wake na upungufu wake. Lazima tueleze ni upungufu gani tunadhani unatokana na muundo wenyewe, na ni upungufu gani unaotokana na utekelezaji tu. Lazima tuchambue namna mbalimbali za kuendesha Muungano; jinsi ya kurekebisha muundo wa Serikali Mbili, na jinsi ya kuondoa upungufu unaotokana na utekelezaji. Kamati hiyo ingeweza kusaidiwa na kazi ambayo imeanzwa na kamati mbalimbali za Chama na Serikali.

Kama itaonekana kuwa muundo wa Serikali Mbili lazima uachwe, hatuna budi tuchambue na kueleza faida na hasara za miundo mbali mbali: muundo wa Serikali Moja, na muundo wa Serikali Tatu. Tunaweza, tukipenda, kuchambua na kueleza pia faida na hasara za kuwa na muundo wa Serikali zaidi ya Tatu. Kinachopendekezwa na washabiki wa Serikali Tatu ni Muundo wa Shirikisho. Wako watu wanaoamini kwamba ni rahisi zaidi kuwa Shirikisho la Zanzibar yenye Serikali moja na Tanganyika yenye Serikali zaidi ya moja, kuliko kuwa na Shirikisho la Zanzibar yenye Serikali Moja na Tanganyika yenye Serikali Moja.

Yote haya yanatakiwa yachambuliwe na kuelezwa vizuri kabisa. Na wakati huo huo maelezo hayo hayana budi yasisitize historia na mwelekeo wa Nchi yetu, na Chama cha Mapinduzi. Historia yetu na mwelekeo wetu mpaka sasa

umekuwa ni wa kuimarisha Muungano. Kama tunaona
kuwa inafaa kuacha muundo wa Serikali Mbili hatuna
budi tuseme wazi wazi katika Mwongozo huo kwamba
kwa maoni ya uongozi wa Chama muundo unaoweza
kuendeleza historia na mwelekeo wa Nchi yetu, ni muundo
wa Muungano wa Serikali Moja. Uongozi wa Chama
hauwezi kusema kuwa hauna maoni yake, ila unasubiri
maoni ya Wanachama! Kuongoza ni kuonyesha njia.

Baadaye Wanachama wa CCM walipoombwa watoe
maoni yao kuhusu suala hili, hapakuwa na maelezo
wala mwongozo kama huo. Sababu zinazotolewa ni
kwamba Viongozi wetu hawakutaka waonekane kama
wanawashawishi au kuwalazimisha Wanachama kufuata
msimamo fulani. Nadhani ukweli ni kwamba Viongozi
wetu walidhani kuwa sera ya Chama isipokuwa na
mtetezi wake, na uwanja ukaachwa wazi kwa Washabiki
wa Serikali Tatu, basi Wanachama wa CCM watakubali
hoja ya Utanganyika. Lakini hata bila maelezo hayo na
mwongozo huo siamini hata kidogo kwamba Wanachama
wa CCM watakubali hoja ya Serikali Tatu.

Ilikuwa ni dhahiri kwamba kazi hii haiwezi kufanywa
chini ya usimamizi wa Viongozi waliopo. Hawa sasa
wanaona kuwa heshima yao na "nyuso" zao, na labda
baadaye zao, zinawadai watetee msimamo wa Serikali Tatu.
Hawawezi kutetea sera ya Chama ya Serikali Mbili, wala
mwelekeo wa Chama wa Serikali Moja. Watatumia uwezo
walio nao kutokana na hadhi walizo nazo, kuvuruga sera

ya Chama na mwelekeo wake. Tutahitaji kiongozi mpya
wa Serikali, na kiongozi mpya wa Chama.

Maana ya Maneno: kisanduku 3

Neno la Kiingereza "resign", lina maana mbili:

(i) *to give up or surrender (one's job or property or
claim etc.).* Ni kuacha au kuachia; kama kuacha
au kuachia, (kazi, au mali au haki, au madai n.k.).
Maana ya *"give up:" to cease (doing something);
to part with; to surrender; to abandon hope; to
declare a person to be incurable or a problem
to be too difficult for oneself to solve.* Ni kuacha
(kufanya jambo); kuachia au kuachana na;
kusalimu amri; kukata tamaa; kusema kuwa mtu
hatibiki au tatizo fulani linakushinda kutatua.
Maana ya "Surrender": (1) *to hand over, to give
into another person's power or control, especially
on demand or under compulsion.* Ni kutoa kwa,
au kumwachia mwingine uwezo au mamlaka,
hasa kwa kudaiwa au kulazimishwa. (2) *to give
oneself up, to accept an enemy's demand for
submission.* Ni kusalimu amri, kukubali amri ya
adui ya kujitolea. Hayo ndiyo maelezo ya maana
ya kwanza ya neno "resign," yaani "jiuzulu".

(ii) Maana ya pili: "Resign oneself to": *to be ready
to accept or endure, accept as inevitable.* Ni
kuwa tayari kukubali na kustahimili; kukubali
kuwa jambo fulani ni lazima liwe, halizuiliki. Ni

kukubali kuwa umeshindwa au utashindwa, na kuwa tayari kustahimili matokeo ya kushindwa. Ni kukubali kusalimu amri ya adui au mpinzani wako na kuwa tayari kustahimili matokeo yake. Ni kukubali kutekwa na kuwa tayari kustahimili matokeo ya kuwa mateka. Ni kukubali kushindwa; ni kubwaga silaha. Mkazo katika maana hii ya pili ni kule *kukubali kustahimili matokeo ya kukata tamaa na kubwaga silaha.*

Mambo Yalivyokwenda

Waziri Mkuu alipohisi kuwa baadhi ya Mawaziri walikuwa wanaunga mkono hoja ya Serikali ya Tanganyika,

(i)   Alimwarifu Rais na kupendekeza ifanyike Semina kama mbinu ya kupinga hoja hiyo. Hii ilikuwa hatua sahihi.

(ii)   Alipaswa kumshauri Rais kuitisha kikao cha Baraza la Mawaziri, ili wote watakiwe kuweka msimamo na mkakati wa pamoja wa kupinga hoja ya Serikali Tatu. Hakufanya hivyo; lilikuwa kosa.

(iii) Baada ya Rais na mimi kusema na Wabunge, *na kupinga joja ya Utanganyika,* Waziri Mkuu alipoona kuwa Mawaziri wahusika bado wanaendelea na msimamo wao, angeitisha kikao cha Baraza la Mawaziri, ili Mawaziri hao watakiwe kueleza msimamo wao. Serikali inayo kanuni ya msimamo wa pamoja wa Kabineti nzima. Katika suala kubwa kama hili Waziri Mkuu, msimamizi wa shughuli za Serikali Bungeni, akijua kuwa baadhi ya wenzake walikuwa wanaendelea kuunga mkono hoja ya Serikali Tatu, alikuwa na haki na wajibu wa kudai kanuni hii ya msimamo wa pamoja ifuatwe. Rais angetazamiwa kumwunga mkono. Lingekuwa jambo la ajabu sana kama baada ya maagizo ya Kamati Kuu ya Chama, na Rais mwenyewe kuipinga hoja ya Serikali Tatu Bungeni, angemgeuka Waziri Mkuu wake anayeendeleza msimamo huo, na hivyo akamfedhehesha na kujifedhehesha yeye mwenyewe kwa kukubaliana na msimamo wa Mawaziri wapinzani.

(iv) (a) Kama Mawaziri wapinzani wangeamua kubadili msimamo wao, Baraza zima la Mawaziri lingekwenda Bungeni na kupinga kwa pamoja hoja ya Utanganyika.

(v)   (b) Kama Mawaziri wapinzani wangekataa kubadili msimamo wao, (na mimi siamini kuwa angetokea hata Waziri mmoja ambaye angefanya hivyo), basi ama Mawaziri hao wangejiuzulu na kueleza sababu zao, au Rais angewafukuza na kueleza kwa nini. Angeteua Mawaziri wapya wenye msimamo wa Chama, na Serikali ingekwenda Bungeni, Mawaziri wake wote wakiwa na msimamo mmoja na mkakati mmoja wa kupinga hoja ya Utanganyika.

Basi kama Wabunge wahusika wangeng'ang'ania hoja yao ijadiliwe, Serikali ingeipinga kwa pamoja, ingeungwa mkono na Wabunge walio wengi, wa Bara na Visiwani, na hoja hiyo ingekufa kifo cha kawaida. Na huo ndio ungekuwa mwisho wa ngoma hizi. Viongozi wetu walijua hivyo. Wabunge wote, pamoja na Wabunge wenye hoja walijua hivyo: siyo kwamba Serikali *ikipinga*, hoja haitapita; bali *wote waliamini na walitazamia kuwa Serikali itaipinga hoja ya Serikali Tatu, na hoja hiyo haitapitishwa na Bunge.*

Badala yake Serikali ikaamua kusarenda. Viongozi wetu waheshimiwa, kwa sababu wanazozijua wao wenyewe, ambazo mpaka sasa hawataki au hawawezi kulieleza Taifa, wakaona kuwa hoja ya Utanganyika haizuiliki; wakakubali kushindwa, wakajitolea. Wakaamua kumshauri Rais wetu, Rais wa Jamhuri ya Muungano wa Tanzania, Jemadari Mkuu wa Majeshi yetu, aliyechaguliwa na Watanzania, na akaapishwa kwa Katiba ya Nchi yetu na Msahafu wa Mwenyezi Mungu ailinde Tanzania; wakamshauri akubali hoja ambayo wanafahamu kuwa ikitekelezwa, itavunja Nchi yetu.

Lakini Viongozi wetu waheshimiwa baada ya kusarenda kwa aibu hivyo, hawataki kukubali matokeo ya kusarenda kwao. Wanaendelea kutuongoza. Katika kikao kilekile cha Bunge Waziri Mkuu huwezi ukamshauri Rais wako kupinga, halafu baada ya siku chache tu, wewe, huyo huyo umshauri Rais huyo huyo kukubali hoja hiyo hiyo ambayo juzi tu ulimshauri na kumwomba kupinga, na akapinga;

na bado ukabaki na wadhifa wako. Ama ushauri wako wa awali haukuwa sahihi, na wajibu wako ni kujiuzulu; au ulikuwa sahihi, Lakini ukashindwa kuutetea; na wajibu wako ni kujiuzulu.

Huwezi kuendelea kuongoza Serikali. Ama umwachie Waziri Mkuu mwingine anayeweza kutetea msimamo wa awali; au umwachie mwingine anayeweza kumpa Rais ushauri huu wa pili. Wewe huyo huyo huwezi kushindwa kutetea ushauri wako wa awali, halafu umshauri Rais akubali ushauri ulio kinyume cha ule wa kwanza, na utazamiwe kuwa huo sasa utautetea. Utakuwa Saulo aliyeona mwangaza akageuka kuwa Paulo! Lakini hata yeye wale aliokuwa akiwatesa awali waliendelea kuwa na mashaka naye kwa muda mrefu sana, mpaka akasaidiwa kwa miujiza ya Mwenyezi Mungu. Katika siasa hatuwezi kutegemea miujiza hiyo. Lazima tuhukumu kwa kutumia akili zetu za kawaida. Ushauri wa pili, ambao ni kinyume cha ule ushauri wa kwanza, ulitakiwa utolewe na Waziri Mkuu mwingine, baada ya kujiuzulu kwa Waziri Mkuu aliyetoa ushauri wa kwanza. Hii ndiyo maana ya kuwajibika.

Kwa maana ya kwanza ya kujiuzulu, (tazama kisanduku 3), yaani maana ya kuacha kazi, Waziri Mkuu hajajiuzulu, maana bado ana cheo hicho; hajakiachilia au kukisarenda. Lakini kwa maana ya pili ya kujiuzulu: yaani maana ya kukata tamaa, na kukubali kuwa Utanganyika hauzuiliki, na hoja ya Serikali Tatu haipingiki, Waziri Mkuu alikwisha kujiuzulu zamani. Pale alipotishwa au alipoambiwa: "Wenzako wote wamekwisha kukubali kwamba hoja ya Serikali Tatu haizuiliki na wao wataiunga mkono; na wewe usipobadili msimamo wako ukakubaliana nao utaachwa katika mataa", hakulazimika kusarenda - kutupa silaha chini.

Alikuwa na hiari ya kuendelea kutetea msimamo wa Chama, maagizo ya Kamati Kuu, na kauli ya Rais wake mbele ya Wabunge. Alikuwa na hiari ya kuwakumbusha Wabunge waheshimiwa hotuba yake ya tarehe 30, Aprili, 1992; na msimamo wa Chama chao kuhusu suala la Serikali Tatu. Alikuwa na hiari kuamua kuachwa katika mataa. Hakufanya hivyo. Badala yake aliamua kusarenda. Aliacha msimamo wa Chama na Rais wake, akakubali msimamo wa Wabunge wenye hoja ya Utanganyika.

Huwezi kujiuzulu - kwa maana hii ya kusalimu amri, kukubali kuwa umeshindwa, halafu usilazimike kujiuzulu kwa maana ya kuiacha hiyo kazi iliyokushinda. Ukisha kubwaga silaha lazima ukubali kuwa mateka. Waingereza wana msemo: huwezi kula kekiyo kisha ukabaki nayo. Na akina mama wa Kiswahili husema: Uliyataka mwenyewe, mambo ya kuolewa! Kujiuzulu, kwa maana ya kuacha kazi, ni matokeo tu ya kujiuzulu kwa maana ya kushindwa kazi. Kazi hii imekushinda, ondoka! Hiyo ndiyo maana ya kuwajibika.

Msimamo wa Rais

Wakati wa mgogoro wa Zanzibar kuingia katika OIC, na utaratibu wa kuchagua Makamu wa Rais, yawezekana kuwa Rais mwenyewe alikuwa akipendelea msimamo wa

"Wazanzibari." Na hasa kuhusu suala la OIC, maelezo yake kwa Wazee wa Dar es Salaam, na baadaye alipowahutubia Wananchi siku ya Mei Mosi, Mtwara, yalifanya watu wengi waamini hivyo. Na washauri wake wa karibu walitaka tuelewe hivyo: kwamba ugumu wa suala la OIC ulikuwa unaletwa na Rais mwenyewe, maana alikuwa akiliona suala hilo kwa jicho la Uzanzibari, badala ya kuliona kama Rais wa Tanzania na mlinzi mkuu wa Katiba yake.

Lakini pamoja na kwamba hivyo ndivyo washauri wake wakuu walivyotaka tuelewe, na yawezekana kuwa walikuwa wakisema kweli, kila tulipojaribu kuelewa kwa nini wao hawajiuzulu, hatukupata jibu lolote, achilia mbali jibu la maana. Waziri akihitilafiana na Rais wake katika jambo la msingi, kwa kawaida anatazamiwa kujiuzulu na kueleza kwa nini hawezi kuendelea kuwa Serikalini. Hawa hawakufanya hivyo. Lakini walitaka tuelewe kuwa mwenye hatia ni Rais.

Katika suala la Utanganyika inaelekea kuwa Rais si miongoni mwa marubani, yeye anakokotwa tu, moyo wake haumo. Lakini washauri wake wamemfikisha pagumu. Kutokana na msimamo wake wa awali kuhusu OIC, inaelekea kuwa Rais anaambiwa, ama na washauri wake au na dhamiri yake mwenyewe: "Madhali suala la OIC ulilifumbia macho, huna budi ulifumbie macho na suala la Utanganyika pia. Usipofanya hivyo 'Watanganyika' hawatakuelewa." Kwa hiyo washauri wake walipomshauri akubali hoja ya kufufua Tanganyika na kuipa Serikali yake, badala ya kukataa na kumfukuza Waziri Mkuu

kwa ukigeugeu wake, Rais wetu alikubali! Alifanya
hivyo akijua athari za kufufua Utanganyika, na haada ya
yeye mwenyewe kusimama mbele ya Wabunge siku
chache tu zilizopita, na kupinga hoja ya Serikali Tatu. Na
alifanya hivyo baada ya kukiri na kusahihisha kosa la
Zanzibar, hatua ambayo nilitazamia kuwa itampa
nguvu ya kupinga hoja ya Utanganyika.

Hatuwezi kuwa wakweli tukisema kuwa Rais hana
hatia. Rais wa Tanzania si sawa na Malkia wa Uingereza.
Huyo ni Mkuu wa Nchi kikatiba ambaye hana madaraka
ya kuongoza Nchi yake. Kwa mujibu wa Katiba na mazoea
ya Nchi yao, hana budi akubali ushauri wa Waziri Mkuu
wake, hata kama yeye mwenyewe binafsi hakubaliani na
ushauri huo.

Rais wa Tanzania sivyo alivyo; Yeye ni Mkuu wa Nchi
Mtendaji. Kikatiba halazimiki hata kidogo kukubali
ushauri wa Waziri yeyote, hata Waziri Mkuu. Na kama
nilivyokwisha kusema, wala Waziri halazimiki kukubali
na kutekeleza agizo la Rais ambalo hakubaliani nalo, hasa
kama tofauti yenyewe ni kwa jambo la msingi, kama vile
jambo la maadili na dhamiri, au sheria, au Katiba ya Nchi.
Waziri akiagizwa na Rais kufanya jambo la namna hiyo
ana haki na wajibu wa kukataa, na kujiuzulu.

Rais hawezi kuagizwa na Waziri yeyote; yeye hushauriwa
tu na Mawaziri wake. Akikubali ushauri mbaya hawezi
kujitetea kwa kumtupia lawama Waziri aliyemshauri,
maana uamuzi wa mwisho ni wake. Alikuwa na hiari
kukubali au kukataa ushauri huo.

Na ingawa Waziri hawezi kumfukuza Rais wake anayehitilafiana naye katika jambo kubwa, Rais anaweza, na mara nyingi anawajibika kumfukuza Waziri wake anayepingana naye katika suala kubwa na la msingi. Kwa hiyo ni dhahiri kwamba Rais hawezi kukubali ushauri mbaya, halafu aepuke lawama, na amsukumie lawama Waziri aliyemshauri vibaya. Kanuni hii ni ya wazi, na ni vizuri ikaeleweka hivyo.

Lakini pamoja na hayo katika suala hili ni kosa kutanguliza na kusisitiza zaidi uwajibikaji wa Rais. Kuwajibika kuna ngazi zake. Hatuwezi kusema ati kwa sababu Mkuu wa Nchi yetu ni Rais Mtendaji, basi atawajibika kwa kila kosa la Serikali yake na Mawaziri wake, hata pale, ambapo mkosaji halisi na wa waziwazi ni Waziri. Rais hawezi kuwajibika kwa makosa ya Uongozi wa Serikali Bungeni, kama kwamba yeye naye ni Mbunge. Viongozi wa Chama na Serikali waliomo Bungeni, hasa Waziri Mkuu na Katibu Mkuu, ndio wanaostahili kuwajibika moja kwa moja.

Kwa vyovyote vile hatuwezi kujenga utaratibu ambapo Waziri akikosa Rais ndiye anayewajibika. Mara mbili sasa Rais amelazimika kukiri hadharani makosa ya Serikali yake; na Mawaziri wahusika hawana wasiwasi. Kwanza, Rais ndiye aliyekiri kosa la Zanzibar kuingia katika OIC, na pili, ndiye aliyelazimika kukiri kule Dodoma kwamba utaratibu wa kushughulikia hoja ya Utanganyika ulikosewa. Lakini Mawaziri wake, mara zote mbili, walitulia tu na kumwacha Rais ndiye akiri kosa na kubeba lawama.

Katiba ya Nchi yetu, na utaratibu tunaojaribu kujenga, vinataka kuwa katika hali kama hiyo Mawaziri ndio wawajibike, na hivyo kumlinda Rais, si Rais ndiye awajibike, na kuwalinda Mawaziri wake, na tena kwa kosa ambalo si lake. Watu walioshindwa uongozi Bungeni, hata tukafikishwa hapa tulipo leo, ni Waziri Mkuu na Katibu Mkuu wa CCM. Hawawezi kukwepa matokeo ya kusarenda kwao Bungeni, na wamtupie Rais, ati kwa sababu Rais wetu ni Rais Mtendaji na walipomshauri kusarenda kama wao, alikubali. Tukikubali hoja hiyo hakuna Waziri yeyote atakayetakiwa kuwajibika kwa kosa lolote; maana kila wakati Rais atatakiwa awajibike badala yake.

Kosa kubwa la Rais (na ni kosa kubwa), ni kule kukubali kushirikishwa kosa, badala ya kuwafukuza wale waliomshauri ashiriki kosa lao. Waziri Mkuu aliposhindwa kupinga hoja ya Utanganyika alipaswa kujiuzulu; lakini aliposhindwa kufanya hivyo, na badala yake akamshauri Rais naye akubali kuwa geugeu, Rais; angemfukuza pale pale na kuteua Waziri Mkuu mwingine. Rais hakufanya hivyo; na badala yake Rais naye akakubali kweli kuwa geugeu na kushiriki kosa la washauri wake. Lakini kosa hilo la Rais, pamoja na ukubwa wake wote, haliwezi kufuta kosa la awali la washauri wake na haja ya kuwataka wawajibike kwa kosa hilo. Na sasa wanalo kosa la nyongeza la kumfikisha Rais katika hali ngumu na ya fedheha; na kuiingiza Nchi yetu katika mabishano ya chuki zinazoweza kuigawa.

Pengine inafaa niseme kwamba inashangaza na kutisha kidogo kuona kuwa kujiuzulu kwa Waziri yeyote kunafanywa kuwa ni jambo la kuvutana au la kubembelezana. Ndugu Ali Hassan Mwinyi aliwahi kuwa Waziri wa Mambo ya Ndani katika Serikali ya Muungano. Makosa fulani yalifanyika katika Wizara yake. Hakuwa ameyafanya yeye; yalikuwa yamefanywa na watendaji fulani walio chini ya Wizara yake. Alilazimika kubeba lawama, akajiuzulu. Nadhani kuna wengine waliolazimika kujiuzulu kutokana na mkasa huo huo.

Wala kubadili Waziri Mkuu si jambo la ajabu. Ndugu Rashid Mfaume Kawawa alikuwa Waziri Mkuu wangu kwa muda mrefu. Hakuwa amefanya kosa lolote; lakini nilitaka kumbadili na kuteua Waziri Mkuu mwingine. Nilimwita, nikamwambia hivyo. Tukakaa pamoja, mimi na yeye, tukashauriana na kukubaliana ni nani anafaa kushika nafasi yake. Nikamteua hayati Edward Moringe Sokoine. Najua kuwa watu wa aina ya Rashid Kawawa ni adimu sana duniani, hawazaliwi kila siku; lakini hata hivyo ni jambo la kushangaza kidogo kwamba Viongozi wetu wa Mageuzi, hata bado hatujafa, wanaona kuwa ni kosa kuwakumbusha kuwa vyeo walivyo navyo ni dhamana. Wanadhani kuwa uwaziri ni usultani: ukisha kuwa sultani utakufa sultani! Nadhani wanakosea. Nchi hii imewahi kung'oa masultani wa kila aina. Tukianza kuvumilia masultani wa kuchaguliwa tutapanda mbegu ya masultani wa kuzaliwa.

Narudia: kumbadili Waziri, hata Waziri Mkuu, si jambo la ajabu.Anaweza kujiuzulu, anaweza kufukuzwa, na Nchi isitikisike. Lakini huwezi kumtikisa Rais wa Nchi bila

kuitikisa Nchi yenyewe. Ni vizuri jambo hili likatamkwa
wazi wazi na likaeleweka sawa sawa. Maana watu wengine
wananong'onanong'ona kuwajibika kwa Rais kana kwamba
ni jambo la mchezomchezo tu. Kulazimika kumchukulia
hatua Rais wa Nchi ni mkasa na balaa kwa Nchi yoyote ile.

Ndiyo maana tunatakiwa kuwateua na kuwachagua
Marais wetu kwa uangalifu mkubwa; na ndiyo maana
wakisha kuchaguliwa, wanatakiwa wajiheshimu na kuwa
waangalifu sana. Ni jambo muhimu kabisa, kwa kweli
la kufa na kupona, kufanya kila jitihada ili kujenga na
kuimarisha utaratibu na mazoea ya kuchagua na kubadili
Rais wa Nchi kwa njia ya kupigiwa kura, baada ya Rais
anayetoka kumaliza kipindi chake kimoja au viwili kwa
mujibu wa Katiba. Utaratibu mwingine wo wote haufai, na
ni lazima tufanye kila lililo ndani ya uwezo wetu kuuzuia.
Mnapolazimika kuutumia, ni jambo la kufanya, si jambo
la kurukia.

Katika suala hili lililotufikisha hapa tulipo watu wa
kuwajibika ni Waziri Mkuu, kwa sababu zilizoelezwa
kwa kirefu kabisa; na Katibu Mkuu wa CCM kwa sababu
hizohizo na zaidi, maana yeye ndiye aliyekuwa Kiongozi
na Mchochezi wa chinichini wa hoja ya Utanganyika.
Waziri Mkuu alisarenda ili wenzake, wakiongozwa au
kuchochewa na Katibu Mkuu, wasije wakamwacha
katika mataa. Waheshimiwa wawili hawa walikwisha
kuambiwa kuwa watamsaidia Rais wao kama wakijiuzulu.
Aliyewaambia ni mimi, kwa niaba ya Rais.

Katika kikao cha mwisho nilichofanya na Rais kabla ya kuondoka Dodoma kuelekea Dar es Salaam, nilimwarifu kwamba nimeufikisha ujumbe wake kwa Washauri wake waheshimiwa. Nilimwambia, kwa mdomo na kwa maandishi, kwamba nilihisi kuwa viongozi watafanya mshikamano wa kukataa kujiuzulu. Kama watafanya hivyo, nilisema, tatizo litakuwa lake. Lakini kwa sababu tatizo halitakuwa lake kama Ali Hassan, bali litakuwa lake kama Rais Mwinyi wa Jamhuri ya Muungano wa Tanzania, mimi kwa upande wangu sitakubali liishie hapo. Na kama nilivyohisi, kweli walifanya mshikamano na mkakati wa kukataa kujiuzulu na Rais akawakubalia!

Nimeambiwa kuwa ama wao wenyewe au wajumbe wao, walitoa kwa Rais sababu mbili "kubwa" za kukataa kujiuzulu: Kwanza, Waziri Mkuu akijiuzulu katika hali hii, na Rais akalazimika kuteua Waziri Mkuu mwingine kwa kufuata Katiba ya sasa, ati Wabunge, hasa wale "55," watakataa kumpa kibali Waziri Mkuu mpya huyo!

Wabunge hawa sasa wanatumiwa kama chaka la kufichia madhambi ya kila aina! Mimi katika ujinga wangu nilidhani kuwa tatizo moja la Rais katika uhusiano wake na Wabunge, linatokana na kutokuwa na Waziri Mkuu aliyechaguliwa kwa utaratibu mpya, na akapata kibali cha Wabunge. Kumbe Rais akijaribu kusahihisha hali hii ya sasa, ili achague Waziri Mkuu atakayetaka kibali chao, Wabunge hao hao, hasa "Kikundi cha 55," watamgomea kwa kutaka kuwaondolea Saulo wao aliyekwisha kuona mwangaza! Naendelea kuwa Thomas! Sababu ya pili ya kukataa kujiuzulu: Waheshimiwa wahusika waliyanong'oneza Magazeti, na Magazeti yakatangaza, kwamba ujumbe wa kuwanong'oneza wajiuzulu ulifikishwa kwao na Mwalimu Nyerere: ati wakijiuzulu, itaonekana kuwa Mwalimu Nyerere anaendesha Nchi kichini chini kutoka Butiama.

Mtu yeyote aliyesoma maelezo haya mpaka hapa atatambua kuwa sikuwa na sababu ya kusita kwenda kuwanong'oneza waheshimiwa hawa ujumbe wa Rais. Nataka wajiuzulu, kwa sababu nilizozieleza. Katika masuala ya Nchi mimi si mpole kama Rais Mwinyi, ndiyo maana tulikubaliana nikamfanyie kazi hiyo. Lakini kisiasa mtu mbaya wako hakunong'onezi kujiuzulu: hupiga baragumu! Pengine anayekunong'oneza kujiuzulu anakutakia mema, na unaweza kujidhuru mwenyewe kwa kufanya ukaidi. Inawezekana kabisa kwamba Ndugu Ali Hassan Mwinyi, Waziri wa Mambo ya Ndani, aliponong'onezwa ajiuzulu hakushangilia. Lakini sina hakika kama angekuwa hapo alipo leo, kama baada ya kunong'onezwa hivyo angetafuta hila za kutojiuzulu. Nchi yetu bado changa; bado inajenga misingi na mazoea yatakayowaongoza viongozi wetu katika kutuongoza, na wananchi wetu katika kuwahukumu viongozi wao. Jitihada za kujaribu kusaidia kujenga maadili ya viongozi wetu lazima ziendelee.

Waziri Mkuu si mpishi wa Rais, hata tuseme kuwa maadamu Rais mwenyewe anayapenda mapishi yake, sisi wengine tusipoyapenda si kitu. Waziri Mkuu ni Mpishi Mkuu wa Tanzania nzima. Kama hatupendi mapishi yake, au kaanza kutupakulia vyenye sumu, au kachoka, au kashindwa kupika, ni wajibu wetu kumwambia Mwajiri wake ateue mpishi mwingine.

Narudia: sababu peke yake nilizoambiwa za kutojiuzulu kwaViongozi wahusika ni hizo mbili nilizozitaja. Lakini sikusikia wala sijasikia kwamba ama wao wenyewe au wajumbe wao, walimwambia Rais kuwa hawastahili kujiuzulu, au kufukuzwa ikiwa watakataa kujiuzulu. Na hilo ndilo muhimu; mengine yote ni hila tu za kuwatia watu kiwi na kiinimacho.

Hatuwezi kujijengea utaratibu wowote ambao utazuia kabisa makosa yasifanyike, hata makosa makubwa; lakini tunatazamia kuwa yakifanyika, wanaohusika watawajibika. Na katika makosa makubwa ya maadili na utendaji mwenye jukumu la wazi wazi la kuwadhibiti wahusika ni Rais. Mawaziri wake wanapofanya makosa makubwa, na badala ya kujiuzulu waanze kufanya hila na kutafuta visingizio vya kutofanya hivyo, ni wajibu wa Rais kuwafukuza; na tunamtazamia kufanya hivyo. Ni kazi yake mwenyewe, asiyoweza kusaidiwa na mtu mwingine. Mtu anaweza kumsaidia Rais kumnong'oneza Waziri wake kujiuzulu; lakini hawezi kumsaidia, kufukuza Waziri wake. Hiyo ni kazi ya Rais peke yake. Asipoifanya, kosa ni lake peke yake.

Rais alikuwa na nafasi kadhaa za kumfukuza au kumshauri Waziri Mkuu kujiuzulu.

Kwanza, ni wakati Waziri Mkuu alipomshauri akubali hoja ya Utanganyika. Nimesema awali kwamba Waziri Mkuu huyo huyo huwezi kumshauri Rais wako akubali hoja, ambayo jana tu ulimshauri apinge, na badala ya kujiuzulu uendelee na kazi yako. Lakini pia Rais huyo huyo huwezi kukubali ushauri fulani leo, na kesho ukubali kinyume cha ushauri huo, kutoka kwa Waziri Mkuu huyo huyo, bila kumfukuza au kumtaka ajiuzulu. Hata kama yeye ndiye angekuwa mkuu wako ungepaswa kujiuzulu, badala ya kukubali ushauri wake. Lakini si mkuu wako, ni mshauri wako tu. Kosa la kukushauri vibaya ni lake; lakini kosa la kukubali ushauri wake mbaya badala ya kumfukuza au kumtaka ajiuzulu ni lako. Rais analo kosa hilo.

Rais alipata nafasi ya pili baada ya Halmashauri Kuu ya Taifa kukataa pendekezo la Serikali la kuitaka ikubali sera ya Serikali Tatu. Azimio la Serikali Tatu lilifanya Bunge la Muungano na Serikali ya Muungano viwe na sera moja na Chama cha Mapinduzi kiwe na sera nyingine katika suala muhimu kabisa. Halmashauri Kuu ya Taifa ilipokataa pendekezo la Serikali la kukubali hoja ya Utanganyika, Rais alipaswa kutumia nafasi hiyo kukipa Chama na Serikali uongozi mpya wenye msimamo. Rais hakufanya hivyo. Alifanya kosa.

Nafasi ya tatu ni wakati kikao mchanganyiko cha Dodoma kilipokubali kuwa utaratibu wa kutaka kubadili sera ya Chama ulikuwa umekosewa na kikapendekeza lipelekwe kwa Wanachama wa CCM. Ilikuwa ni dhahiri kwamba shughuli hiyo itataka uongozi mpya wa Chama na Serikali. Kama nilivyokwisha kusema, Viongozi wahusika walinong'onezwa wajiuzulu, wakagoma; na Rais akashindwa kuwafukuza. Akabaki na washauri wake wale wale. Hili lilikuwa kosa, tena la kushangaza!

Naamini kuwa Wanachama wa CCM watakataa pendekezo la Bunge na Serikali la kutaka Serikali ya Tanganyika. Hiyo itampa Rais nafasi nyingine tena ya kubadili uongozi wa Chama na Serikali. Asipofanya hivyo atakuwa amepoteza nafasi yake ya mwisho ya kuiondoa nchi hii katika mwelekeo wa hatari; na Nchi yetu itasererereka haraka sana katika njia ya giza na wasiwasi; bila dira, bila matumaini.

Na Viongozi hawa wataachwa wamwongoze nani? Katika jambo gani? Na kutupeleka wapi? Watageuka tena wawe watetezi wa Muungano wenye muundo wa Serikali Mbili? Mpaka lini? Mpaka hapo watakapopata ndoto nzuri zaidi, au kutuzulia "muafaka" mpya?

Katika hali ya kawaida, kama Rais kashindwa kubadili uongozi wa Serikali, tungetazamia Bunge au Chama kufanya hivyo. Uingereza, kwa mfano, Wabunge wa Chama kinachotawala walipoona kuwa Mrs. Margareth Thatcher alikuwa hafai tena kuendelea kuwaongoza, ni wao wenyewe waliomwondoa na kuchagua kiongozi mwingine. Bunge letu ni la Chama kimoja; na Katiba ya sasa inawapa Wabunge uwezo wa kuikataa Serikali kwa kupitisha Azimio la kutokuwa na imani nayo. Bunge likifanya hivyo Rais atalazimika kuteua Serikali mpya itakayoomba upya kibali cha Bunge. Lakini Wabunge wetu hawatafanya hivyo. Kwa ghiliba za Viongozi na hasira za mkizi, wamefanywa waonekane kuwa sasa wao wote, pamoja na Viongozi wetu, wamekuwa ni mbuya na makomredi wa kushuku Muungano. Badala ya kuwasaidia

Wanachi wenzao kwa kuishughulikia Serikali yenyewe na ubovu wake, wanataka kuongeza Serikali ya Tatu! Na baadhi yao wangependa kumwimpichi, au kumshtaki Rais Bungeni? Hiyo kwao ni rahisi zaidi kuliko kuidhibiti Serikali. Nadhani akilini mwao Muungano na Rais ni vya Zanzibar; na maadamu "tumechoka na Wazanzibari," basi na waondoke warudi walikotoka, wakifungasha na Muungano wao na Rais wao! Kwa hiyo, kama majuha au mazuge tunaendelea kuimba wimbo wa Serikali Tatu, na nchi inazidi kuserereka kuelekea gema la hilaki.

Rais Mwinyi ni mtu mwema na mpole, Lakini ni kiongozi dhaifu; na upole wake na udhaifu wake unatumiwa na watu ambao wala si wema wala wapole kuhatarisha umoja na amani ya nchi yetu. Kipindi chake cha pili kinakaribia kwisha. Kwa Taifa letu ni jambo muhimu zaidi kwa sasa ni uongozi wa Chama na Serikali, na ni nani atakayechukua nafasi ya Rais baada ya Uchaguzi Mkuu mwakani. Kwa sababu ya minong'ono-nong'ono ya watu wasioona mbali kuhusu Rais, na kubabaishwa anakobabaishwa na washauri wake wakuu, nililazimika kuiambia wazi wazi Halmashauri Kuu ya Taifa ya Chama cha Mapinduzi kwamba najiona kuwa ninao wajibu wa kumsaidia Rais amalize kipindi chake salama.

Kipindi cha mpito, cha kujaribu kujenga utaratibu wa kikatiba wa kubadili uongozi wa nchi yetu kwa heshima na amani hakitakamilika mpaka hapo Rais Mwinyi atakapomaliza kipindi chake kilichobaki kwa usalama, na kumkabidhi madaraka Rais mpya kwa utaratibu uleule uliompa madaraka hayo. Tusipoifikia hatua hiyo kwa sababu yo yote ya kujitakia, itatubidi tuanze upya. Mimi siuoni uongozi mpya utakaojaribu tena. Tutapata manabii wa bandia wengi watakaohubiri kuwa utaratibu huo haufai, au umepitwa na wakati. Na wala hawataruhusu mtu yeyote apinge mahubiri yao.

Ndiyo maana naamini kuwa Wananchi wote wenye nia njema tuna wajibu wa kusaidiana kukimaliza salama kipindi hiki cha mpito. Pamoja na makosa na udhaifu wake wote Rais Mwinyi ana haki ya kusaidiwa, na ni wajibu wetu kumsaidia, amalize kwa amani kipindi chake kilichobaki. Kwa kufanya hivyo tutakuwa tunasaidia juhudi za kujenga utaratibu mzuri kwa manufaa ya nchi yetu. Kama ni makosa kufanya hivyo, basi natuyafanye makusudi, tukitambua kuwa makosa hayo ni madogo zaidi kuliko balaa la kufanya vinginevyo.

Lakini hatulazimiki kuendelea na uongozi mbovu wa Chama na Serikali. Wala tukiendelea na hali hii, bila kubadili uongozi wa Chama na Serikali, sina hakika kama tutafika huko salama. Masuala muhimu ya nchi yetu hayatashughulikiwa. Viongozi wetu wataendelea na matendo yao ya kuvuruga Muungano. Matatizo ya kweli ya Muungano hayatashughulikiwa, maana hatuna Serikali ya kuyashughulikia. Na masuala mengine muhimu ya uchumi, huduma za umma, rushwa, chuki za uzawa, na ukabila na udini, yataachwa yajitatue yenyewe. Nasema, katika hali kama hiyo sina hakika kama tutafika salama; na tukifika "salama," tukiwa na uongozi huu huu wa Chama na Serikali, mbele yetu kutakuwa ni giza tupu. Majuto ni mjukuu, huja baadaye. Tunaweza tukafikishwa mahali tukiulinganisha uongozi wa Rais Mwinyi na wa Rais wa kesho tukaona kuwa chini ya Ndugu Mwinyi, pamoja na udhaifu wake wote, tulikuwa peponi!

Waingereza wana msemo: "Nature abhors a vacuum," "hulka huchukia ombwe." Hata siasa huchukia ombwe. Kama uongozi ni mbovu, upo kama haupo, au upo kwa masilahi ya wenyewe, watatokea watu waujaze uwazi uliopo; hauwezi kuachwa wazi hivihivi. Lakini uongozi mbovu ni kama mzoga, una tabia ya kukaribisha mafisi na mainzi. Tusidhani kuwa hulka ya siasa yetu ni tofauti na hulka ya siasa ya watu wengine; kwamba sisi tunaweza kuvumilia uongozi mbovu na tusivune matunda ya hulka ya uongozi mbovu.

Narudia tena: Hatuwezi kuwa wakweli tukisema kuwa Rais hana hatia. Na moja ya hatia zake ni kukubali kuyumbishwa na hoja za watu ambao hawana msimamo; na hivyo kuifanya kanuni ya kuwajibika, ambayo Rais mwenyewe ameisisitiza sana katika kauli zake, iwe ni kanuni ya kichekesho. Lakini lazima tuendelee kusisitiza umuhimu wa kuwajibika; na katika suala hili la kutaka kuvunja Muungano, watu wanaostahili kuwajibika ni wale waliokuwa na wajibu wa moja kwa moja na ambao kwa makosa yao wamemfikisha Rais katika hali hii ngumu; na kuitumbukiza Nchi yetu katika hali ya hofu na wasiwasi.

Uhalali wa Serikali

Serikali ya sasa ni halali, kwa maana ya kwamba imeteuliwa na Rais halali, kwa njia halali. Raia yeyote wa Tanzania hawezi kwenda Mahakamani na kudai kuwa Serikali hii ni haramu, kwa maana ya kwamba haikuteuliwa kisheria. Pamoja na kwamba Waziri Mkuu hakuteuliwa kwa kufuata utaratibu unaotakiwa na Katiba ya sasa, kuteuliwa kwake nje ya utaratibu huo kulihalalishwa na Bunge. Kwa hiyo, nasema, Serikali hii ni halali. Lakini ni halali kwa maana hiyo tu. Ni uhalali wa sheria bila uhalali wa uwezo na mwenendo na vitendo.

Kwa maana moja sasa hatuna Serikali, tuna Mawaziri tu. Serikali ni timu; na timu halisi ina dira na rubani. Mkusanyiko wa Mawaziri bila mwelekeo, bila mwongozo, bila mshikamano na bila uongozi, kila Waziri na lwake, hauwezi ukaitwa Serikali. Katika hali kama hiyo, hata bila ubovu mwingine wa nyongeza, mambo muhimu ya Nchi hayawezi kujadiliwa wala kushughulikiwa. Lakini hata kama Serikali yetu ingekuwa na umoja na mshikamano wa kuiwezesha kushughulikia masuala mengine muhimu ya Nchi yetu, kwa kukubali hoja ya kuwa na Serikali ya Tanganyika, ingekuwa imejiondolea uwezo na uhalali wa kushughulika na masuala ya Muungano wenye Katiba ya sasa ya muundo wa Serikali Mbili.

Kwa kuwa tabia ya Serikali ya Zanzibar ya kupuuza vifungu fulani vya Katiba ya Muungano ndiyo iliyokera watu wengi na hatimaye ikazua hoja ya kutaka Serikali ya Tanganyika, nilidhani kuwa baada ya Zanzibar kukiri kosa lake na kutoka katika OIC, Serikali zote mbili zingekaa pamoja na kutazama sehemu nyingine za Katiba zinazopuuzwa ama na Serikali ya Zanzibar au Serikali ya

Muungano. Badala yake Serikali ya Muungano ikiendekeza Utanganyika, na ikakubali hoja ya Serikali Tatu. Sasa naamini kuwa Serikali ya Muungano haiwezi tena kufuatilia kwa makini mazungumzo yake na Serikali ya Zanzibar kuhusu Katiba ya Nchi yetu. Kwa sababu zifuatazo:

Sababu moja kubwa iliyofanya Viongozi wetu wasitake kuwaudhi "Wazanzibari" katika suala la OIC na uchaguzi wa Makamu wa Rais, ni umuhimu wa kura za Zanzibar katika kumteua mwanachama wa CCM kuwa Mgombea wa Urais wa Jamhuri ya Muungano. Kwa kiongozi yeyote anayeliona jambo hilo kuwa ni muhimu kupita mengine yote, kuwaudhi "Wazanzibari" ni dhambi ambayo haina budi iepukwe kwa kila njia. Ndiyo maana Viongozi wa Zanzibar walipoomba nia yao ya kuingia katika OIC izungumzwe na Kamati Kuu, na baadaye na Halmashauri Kuu ya Taifa, Viongozi wetu waheshimiwa hawakupenda hata kidogo suala hilo lizungumzwe. Walijua kuwa Zanzibar haiwezi kuingia katika OIC bila kuvunja Katiba ya Nchi yetu; na kwamba suala hilo likizungumzwa katika vikao hivyo vya Chama, wako Viongozi watakaolipinga, na wataka Urais watapata tatizo: Kupinga au kutopinga, litakuwa suala gumu! Kwa hiyo wakamshauri Rais lisizungumzwe katika vikao vya Chama, ila yeye mwenyewe achukue jukumu la kulizungumza na Viongozi wa Zanzibar. Suala likiwa gumu, usimsaidie Rais, mtupie!

Zanzibar wakaingia katika OIC. Viongozi wetu wakafanya kila njia kufanya kitendo hicho kisijulikane, au baada ya kushindwa kukificha, kipuuzwe. Haikuwezekana.

Kikafichuliwa, na ngoma zikaanza. Hatimaye "Watanganyika" wakachoka na wakaanza kudai Serikali ya Tanganyika. Kwa mtaka Urais hii ilikuwa balaa mpya; maana si "Wazanzibari" peke yao ambao wanazo kura za uteuzi wa wagombea Urais, na baadaye uchaguzi wenyewe; "Watanganyika" nao wanazo, tena nyingi zaidi. Kwa Kizungu hali hii huitwa "dilemma"; ni utatizi wa uamuzi, kama penye njia panda:

> *Kifo cha maji kushoto,*
> *Kulia kifo cha moto:*
> *Kukubali, kukataa,*
> *Kila moja ni balaa! Kote uko hatarini,*
> *Hujui ufanye nini.*

Kwa hiyo Waziri Mkuu alipomwambia Rais kwamba hoja ya Serikali Tatu ikijadiliwa Bungeni, yeye mwenyewe atakuwa na utatizi wa uamuzi, alikuwa anajisemea kweli yake. Alikuwa katika hali hii ya "dilemma." Baadaye, kama tunavyojua, alipoambiwa kuwa asipokubaliana na wenzake ataachwa katika mataa, aliamua kusarenda na wote wakaunga mkono hoja ya Utanganyika.

Hawa si watu wajinga, na wala si wapumbavu; wanajua wafanyalo. Wamefanya uamuzi huo wakijua matokeo yake. Kwa hawa sasa, makosa ya "Wazanzibari," yawe ya kuvunja Katiba au ya aina nyingine, kwao sasa ni faraja; ni hoja ya kudai Utanganyika. Hawa hawawezi tena kutaka makosa hayo yazungumzwe, na yasahihishwe; maana yakisahihishwa, kama lilivyosahihishwa lile la OIC, msingi wote wa hoja yao utabomoka. Katika hili, "Wazanzibari" na "Watanganyika," ni mbuya wakuu; ni washiriki na wabia kwenye mradi ule ule wa kutaka kuvunja Tanzania.

Lakini hata kama wangekuwapo Mawaziri ambao si "Watanganyika," bali ni Watanzania halisi wanaopenda kukaa na Watanzania wenzao wa Visiwani ili kuzungumza masuala ya Katiba, hawawezi kufanya hivyo chini ya uongozi wa sasa wa Serikali ya Muungano. Katiba inayozungumzwa ni Katiba hii ya sasa, ya muundo wa Serikali Mbili. Hoja ya Utanganyika ilipoletwa Bungeni Serikali ilikuwa tayari imeteua, au inakusudia kuteua, Kamati ya kutazama migogoro ya Katiba iliyopo hivi sasa kati ya Serikali ya Muungano na Serikali ya Zanzibar, na kufanya mapendekezo ya kuiondoa. Tulitazamia kuwa Serikali ya Muungano itapinga hoja ya Utanganyika, na kuwaarifu Wabunge kwamba Kamati hiyo itakapokamilisha kazi yake Serikali itafikisha mapendekezo yake Bungeni. Badala ya kufanya hivyo, Serikali ya Muungano ikaamua kuwa mfumo wa Serikali Mbili haufai, kinachofaa ni mfumo wa Serikali Tatu. Hivi sasa sera ya Serikali ya Muungano ni muundo wa Serikali Tatu.

Itawezekanaje Serikali hiyo hiyo ikae chini na Serikali ya Zanzibar kuzungumzia umuhimu wa kutii, au jinsi ya kurekebisha muundo wa Serikali Mbili? Kwao Katiba hiyo inachongojea ni kufutwa tu. Mapendekezo ya Kamati ya Ndugu Shellukindo na wenzake hayana maana tena kwa Serikali hii. Serikali ya sasa inachosubiri na inachokishughulikia ni Shirikisho la Serikali Tatu - kwa kweli kufa na kuzikwa kwa Tanzania. Hawana uhalali, wala uwezo, wala nia ya kuzungumzia Muungano wa Serikali Mbili.

Kwa kweli jambo moja ambalo waheshimiwa hawa wamefaulu ni kufanya watu waache kabisa kuzungumza Katiba ya sasa na mambo mengine yote muhimu, na wabaki kumkimbiza sungura wa Serikali ya Tanganyika "ndani ya Muungano." Maadamu matatizo halisi ya Muungano hayazungumzwi wala hayashughulikiwi, watu wenye nia mbaya, wa Bara na Visiwani, wanaopenda kuitumia hali hiyo kuivunja nchi yetu wanaendelea kufanya hivyo. Na wote, wa huku na huku, wanachocheana kama mifukuto ya Shetani. Na hiyo inawafanya hata watu wasio na nia mbaya, ila ni wajinga tu, waamini kuwa inafaa wote tushiriki na tujiandae kuivunja Tanzania tusije tukastukia kuwa Tanzania imevunjika na tumeachwa katika mataa! Anayedhani kuwa Viongozi wetu ni wajinga yafaa akachunguzwe akili zake! Wanajua wafanyalo.

Nimesema awali kwamba "Wazanzibari" na "Watanganyika" ni marafiki wakuu. Matendo ya "Wazanzibari" ni kisingizio kizuri cha matendo ya "Watanganyika," na matendo ya "Utanganyika" ni kichocheo cha "Uzanzibari." Ukabila wa upande mmoja ni sababu na kichocheo cha ukabila wa upande wa pili. Wenyewe wanauita "Utaifa," na ni sawa, maana ni wa kupinga Utanzania. Serikali yenye msimamo wa Utanganyika haiwezi kukaa na Serikali ya Zanzibar kuzungumza katika hii ya Serikali Mbili. Hilo linaweza kufanywa na Serikali mpya ya Jamhuri ya Muungano; Serikali inayokubali na kuheshimu Katiba tuliyo nayo.

Serikali ya sasa haina uhalali wala uwezo wala nia ya kuizungumza, ukiacha mazungumzo ya kuitia maji ili kuwafurahisha "Wazanzibari," au kuifuta ili tulete Shirikisho la Serikali Tatu, na hivyo kuwafurahisha "Watanganyika."

Mwelekeo na Msimamo wa Chama

Mwelekeo wa Chama

Huko nyuma nimetumia maneno "mwelekeo wa Chama," bila maelezo. Inafaa sasa nieleze maana yake, na kusisitiza umuhimu wake.

Kujenga Nchi si jambo rahisi. Kujenga Tanganyika tuliyorithi, iwe Taifa moja imara, lisingekuwa jambo rahisi. Tulikuwa tumeanza. Na kujenga Zanzibar tuliyorithi, iwe Taifa moja imara, isingekuwa kazi rahisi. Mimi naamini kuwa kutokana na historia yake, ya nyuma na ya karibu, kuifanya Zanzibar kuwa Taifa moja imara, kungekuwa kazi ngumu zaidi kuliko kuijenga Tanganyika na kuyafanya makabila yake kuwa kitu kimoja.

Lakini hatukuruhusiwa kujua. Historia haikuturuhusu kujenga Tanganyika kuwa Taifa, wala kujenga Zanzibar kuwa Taifa. wa Bara tulikuwa raia wa Tanganyika huru tangu tarehe 9 Desemba, 1961, mpaka tarehe 26 Aprili, 1964; muda wa miaka miwili, na miezi minne, na siku kumi na saba, ukiihesabu na siku ya tarehe 26 Aprili, 1964. Mimi nilikuwa Rais wa Tanganyika kwa muda wa mwaka mmoja na miezi minne na siku 17 hizohizo. Wala historia haikuturuhusu kujenga Zanzibar iwe Taifa. Uhuru wa kutoka kwa Mkoloni ulipatikana tarehe 10 Desemba,

1963; na Mapinduzi ya kung'oa usultani wa Mwarabu yalifanywa tarehe 12, Januari, 1964.

Hatukujenga Nchi mbili. Badala yake tukafanya kitendo cha pekee katika historia nzima ya Afrika huru. Tanganyika tuliyokomboa kutoka kwa Wakoloni, lakini hatukuiunda, mipaka yake ni ya kurithi; na Zanzibar tuliyonyakua kutoka kwa Wakoloni na Masultani wa Kiarabu, lakini hatukuiunda, mipaka yake ni matokeo ya unyang'anyi na unyang'au wa Waingereza na Wajerumani, tukaziunganisha zikawa Nchi Moja. Tanzania ni lulu ya pekee kabisa katika historia ya Afrika huru. Nchi nyingine zote ni za kurithi kutoka katika Ukoloni. Tanzania ni ya kuundwa na sisi wenyewe, kwa hiari yetu wenyewe, baada ya kukomboa sehemu zake mbili kutoka katika Ukoloni.

Wako Watanzania wa ajabu kabisa wanaosema kuwa uamuzi huo, au vyombo vilivyotumiwa, au njia iliyotumiwa, au vyote, havikuwa halali. Hao hawana shaka na uhalali wa Tanganyika, ambayo iliunganishwa na Wajerumani, na ikamegwa-megwa na Waingereza na wenzao. Kwa hao kama Rwanda na Burundi na Tanganyika zisingetengwa na Mabeberu, tukazirithi kama zilivyokuwa chini ya Wajerumani, wasingeushuku uhalali wa nchi moja hiyo. Lakini kama baada ya uhuru, Rwanda na Burundi na Tanganyika zingeamua kuungana ziwe Nchi Moja, kwa utaratibu wowote ambao zingekubaliana, "Wazalendo" hawa wangesema muungano huo si halali!

Pwani ya Tanganyika na Zanzibar ya sasa zilikuwa pamoja kwa muda mrefu sana kabla ya kutengwa na

Wakoloni Waingereza na Wajerumani. Kama zingebaki zimetengana, kwa "wazalendo" hao hiyo ingekuwa ni halali, maana zilitengwa kwa hila na mitutu ya bunduki za Mabwana. Lakini uamuzi wa Tanganyika huru na Zanzibar huru kuungana, na hivyo kuwaunganisha tena ndugu waliokuwa wametengwa na Mabeberu, tendo hilo kuna viongozi wetu wanaosema kuwa halikuwa halali. Hatukutafuta maoni ya watu kwa njia ya demokrasia wanayoijua wao.

Wajerumani na Waingereza walitafuta maoni ya wazee wetu kwa mtutu wa bunduki! Hiyo ilikuwa halali. Nchi walizoziunda kwa njia hizo zilikuwa halali. Tunatakiwa tujivunie Utanganyika na Uzanzibari uliopatikana kwa njia hizo; lakini tuuonee haya Utanzania, tunda la uhuru wetu wenyewe. Sikuamini kuwa Wakoloni walifaulu kiasi hiki katika kuzinywesha kasumba na kuzitawala akili za baadhi yetu!

Nilitoka nje ya mstari. Narudia. Tulikuwa Nchi Mbili, lakini kwa hiari yetu wenyewe, tukaamua kuwa Nchi Moja. Kwa sababu ambazo nimezieleza mara nyingi, na kama hapana budi nitaendelea kuzieleza, tukakubaliana kuwa na Muungano wa Serikali Mbili. Aidha, tulikuwa na Vyama viwili vya Ukombozi, TANU na ASP. Na ni vizuri kuendelea kuwakumbusha wale ambao wangependa tusahau, kwamba TANU na ASP vilikuwa Vyama vya Ukombozi, havikuwa Vyama vya Uongozi.

Hatua ya pili katika historia ya kuijenga Nchi yetu, tuliichukua tarehe 5 Februari, 1977, miaka 13 baada ya

Muungano. TANU na ASP Vyama vyetu vya Ukombozi, ambavyo vilijua kuwa Umoja ni silaha kubwa ya Ukombozi, viliungana vikawa Chama Kimoja, Chama cha Mapinduzi. CCM Chama ambacho kina nasaba inayofanana na nasaba ya Tanzania. Tanzania ni Tanganyika na Zanzibar, na CCM ni ASP na TANU. Sitaki kusema kuwa CCM nayo ni lulu ya Afrika, lakini naeleza tu mwelekeo wa historia ya Nchi yetu na Vyama vya ukombozi wetu.

Tuliokwisha kuunganisha Nchi mbili zikawa Nchi Moja, sasa tukaunganisha Vyama viwili vikawa Chama Kimoja. Hiyo haikua hatua ndogo hata kidogo katika kujenga Nchi yetu. Kuna nchi gani nyingine zilizofanya hivyo? Vyama tunavyoviona katika Bara letu siku hizi vinashindwa hata kuunganisha mbinu tu, ili viweze kushinda wapinzani wao katika uchaguzi. TANU na ASP vilikuwa ni Vyama viwili na vyote vikitawala. Vikajiua kwa hiari ili vizae Chama Kimoja kiongoze na kuendeleza historia ya Nchi yetu.

Tumejenga Nchi ambayo ilikuwa inaheshimiwa duniani kote, ndani na nje ya Afrika. Mwaka huu tumetimiza umri wa miaka thelathini. Kama si maajabu haya yaliyozushwa bure na Viongozi wetu watukufu, ilitupasa kushangilia sana Umoja wa Nchi yetu, na kumshukuru Mwenyezi Mungu kwa kutufikisha hapa salama.

Tungali na Serikali Mbili, lakini tuna Serikali moja tu ya Muungano. Ni nani hawezi kuona kwamba hapo haja ya kubadili muundo wa sasa wa Muungano wa Serikali Mbili itakapodhihirika, historia ya Nchi yetu na mwelekeo wa Chama chetu vitatuongoza kwenye muundo wa Serikali moja? Kitu kimoja ambacho hatuwezi kutazamia ni kwamba siku moja Nchi Moja hii itakuwa Nchi Mbili, kwa uongozi wa CCM. Lakini hiyo ndiyo shabaha ya kuwa na Serikali ya Tanganyika. Na hata kama wajinga na wapumbavu hawatambui hivyo, bado hayo ndiyo yatakayokuwa matokeo ya ujinga wao: ukifufua Tanganyika, utaua Tanzania. Kwa uongozi wa CCM?

> *Ila narudia tena,*
> *Naliyokwisha kunena:*
> *Sera hii, nilisema,*
> *Si ya Umma, si ya Chama.*
>
> *Ni Sera ya Viongozi,*
> *Wa Chama cha Mapinduzi,*
> *Na waungao mkono,*
> *Uvunji wa Muungano.*
>
> *Chama hiki Mapinduzi,*
> *Kimeleta mageuzi:*
> *Si Chama pekee tena,*
> *Viko aina aina.*
>
> *Na Chama cha Mapinduzi,*
> *Watambue Viongozi,*
> *Ni Chama cha Muungano,*
> *Si Chama cha Utengano.*
>
> *Kama Mwanachama wake,*
> *Hazipendi sera zake,*

Atoke, asichelewe,
Aanze chake mwenyewe.

Kama Viongozi wetu,
Hawapendi sera zetu,
Watoke waende zao,
Waanzishe vyama vyao.

Viko vyama bozibozi,
Vyatafuta.uongozi,
Waende waviongoze,
Na hiki tukipongeze!

Wasiteke Chama Nyara,
Wakilazimishe Sera,
Ambazo Katu Si Zake,
Ni Za Wapinzani Wake.

Hasa Sera Kama Zino
Za Kuvunja Mijungano."
* ** * * * * * * * * * * * * * *

CHAMA CHA MAPINDUZI kitakapobadili sera yake ya
Muungano wa Serikali Mbili, sera yake mpya itakuwa sera ya
Muungano wa Serikali moja. Chama cha Mapinduzi chenye
wanachama wenye akili, na ukweli, na ujasiri, hakiwezi katu
kukubali sera ya Serikali tatu, kikijua waziwazi kwamba
matokeo na shabaha ya sera hiyo ni kuiua, na kuizika
Tanzania. Chama cha Mapinduzi kikiwa na msimamo huo,
na wala kisiuonee haya, Tanzania itadumu.

Msimamo wa Chama

Kamati Kuu ya Halmashauri Kuu ya Taifa ya Chama cha Mapinduzi haiwezi kuepuka lawama. Lakini kuilaumu Kamati Kuu ni kukiri kwamba sasa Chama cha Mapinduzi kina kansa ya uongozi ambayo isipotibiwa itakiua Chama kizima. Pengine kwa Nchi yetu, hili lisingekuwa jambo la kutisha kama tungekuwa tumeanza kuona Chama kizuri cha Upinzani ambacho kinaweza kuiongoza Nchi hii badala ya CCM. Hakijaonekana bado. Chama cha Mapinduzi, kwa sababu ya uzito wa historia yake, hadhi ya jina lake, mfumo wa wavu wake, mazoea ya watu, na ubovu wa Vyama vya Upinzani, kinaweza kuendelea kuchaguliwa na Watanzania, pamoja na kansa ya uongozi wake. Au watu wanaweza wakachoka, wakasema, "potelea mbali:" wakachagua Chama cho chote, ilmradi tu watokane na kansa ya uongozi wa CCM. Hainifurahishi kuyasema haya, lakini uhai wa Nchi yetu unataka yasemwe.

Viongozi wakuu wa CCM walimshauri Rais suala la OIC lisizungumzwe na Chama. Sijui lingezungumzwa msimamo wa Kamati Kuu ungekuwaje. Lakini Viongozi wahusika walihisi kuwa angalau baadhi ya Wajumbe watalipinga. Walijua kwa hakika zaidi kwamba idadi ya wapingaji itakuwa kubwa zaidi likifikishwa katika Halmashauri Kuu ya Taifa.

Lakini suala la utaratibu wa kuchagua Makamu wa Rais lilifikishwa katika Kamati Kuu; Kamati Kuu ikakubali msimamo wa "Wazanzibari," maana ulikuwa "nyeti," na ikapendekeza kuwa Halmashauri Kuu nayo ikubali msimamo huo, kwa sababu "nyeti" hizo ambazo hazina maelezo. Mjadala ulipokuwa mgumu Viongozi wakafanya hila suala likahamishwa kutoka katika Halmashauri Kuu bila uamuzi, likapelekwa Bungeni kwenda kuombewa muda wa miaka miwili. Chombo kilichotumiwa na Viongozi hao ni Kamati Kuu.

Suala la utaratibu wa kuchagua Makamu lilikuwa geni, na sijui ni Wajumbe wangapi wa Kamati Kuu walikuwa wamesoma mapendekezo ya Kamati ya Bomani. Pengine ilikuwa ni rahisi kwa Viongozi wetu wakuu kutumia lugha "nyeti," na kuwababaisha Wajumbe wengine wa Kamati Kuu ambao hawajui unyeti wa mambo.

Lakini suala la Serikali Tatu halikuwa geni kwa mjumbe yeyote wa Kamati Kuu. Sera ya Serikali Mbili ina umri uleule kama Tanzania yenyewe. Sababu za kupinga Serikali Tatu zinajulikana. Kwa hiyo tume ya Jaji Nyalali ilipopendekeza Shirikisho la Serikali Tatu, pendekezo hilo lilipingwa na Kamati Kuu, lilipingwa na Halmashauri Kuu, lilipingwa na Mkutano Mkuu wa CCM, na lilipingwa na Serikali ya Muungano katika Bunge la Muungano. Hoja ya Serikali Tatu ilipozushwa na Wabunge, Kamati Kuu, kwa niaba ya Halmashauri Kuu ya Taifa, na Chama kizima, iliwaagiza Viongozi wetu wakaipinge: mwezi Agosti, 1993.

Kamati Kuu hiyohiyo, katika kikao chake cha Dodoma, cha mwezi wa Novemba, 1993, ikapendekeza kwa Halmashauri Kuu ya Taifa, kwamba hoja waliyokuwa wamewaagiza Viongozi wetu wakaipinge, sasa ikubaliwe; maana Viongozi wetu badala ya kuipinga walipata ndoto

nzuri zaidi wakasarenda. Mapendekezo ya Kamati Kuu
yanayoiomba Halmashauri Kuu ikubali Serikali Tatu,
hayasemi mahali po pote, kwamba Mwezi Agosti, Kamati
Kuu hiyo hiyo ilikuwa imeagiza Serikali kuipinga hoja
hiyo. Wala sijui kama Wajumbe wengi wa Halmashauri
Kuu ya Taifa wanafahamu hivyo. Viongozi wetu wakubwa
walipokwisha kusarenda na Wajumbe wote wa Kamati
Kuu walisarenda bila swali; na wakawaandalia Wajumbe
wa Halmashauri Kuu nao hati yao ya kusarenda.

Hali hii haishangazi; lakini haipendezi. Haishangazi
kwa sababu Mwenyekiti wa Chama, Makamu wake wawili,
na Katibu Mkuu wa Chama, ndiyo Viongozi Wakuu wa
Chama, na wa Kamati Kuu na Halmashauri Kuu ya Taifa.
Katika kikao cha wajumbe wachache kama Kamati Kuu,
Viongozi hawa wakisha kuwa na msimamo mmoja katika
suala lolote, kwa kawaida walitakalo, litakuwa. Katika
hali ya kawaida, na katika Chama chenye afya njema,
mshikamano wa Viongozi wakuu ni jambo jema; maana
unatoa mwelekeo mzuri kwa viongozi wa chini yao na
kwa wanachama wengine kwa jumla. Viongozi wakuu
wanapokuwa hawana msimamo mmoja, hasa katika
jambo zito au suala la msingi, viongozi wa chini yao na
wanachama kwa jumla watayumba. Na Chama chochote
kinapenda umoja; kwa hiyo kinapenda mshikamano wa
viongozi wake wakuu katika masuala yote muhimu. Na
kama viongozi wanao msimamo huo kuwapinga tu kwa
ajili ya kupinga ni jambo la kipumbavu.

Lakini hali ya sasa haipendezi kwa sababu vyama makini huundwa kwa sababu na shabaha makini. Umoja wa Chama ni umoja wa shabaha, si umoja wa nasaba. Ni mbinu au nyenzo ya kufikia shabaha fulani. Tukitelekeza shabaha yenyewe iliyotufanya tukaunda umoja ili tuitekeleze, umoja au mshikamano mtupu utakuwa hauna maana. Hatuwezi kuheshimu mbinu au nyenzo zaidi kuliko shabaha yenyewe. Au hatuwezi kufanya mshikamano wa viongozi ukawa ndiyo shabaha na mambo mengine yote yakawa ni nyenzo tu za kufikia na kulinda shabaha hiyo.

Hatuwezi kusema kuwa madhali Viongozi wetu wote walilitaka jambo hili hatuna budi tuwaunge mkono, hata kama Jana yake tuliwaunga mkono katika jambo ambalo ni kinyume kabisa cha hili wanalotuomba leo. Na hasa hasa hatuwezi kuwaunga mkono tukijua kuwa jambo wanalotuomba tukubali si halali, na ni kinyume cha msimamo na uamuzi wa Chama chetu. Viongozi wetu wakuu hawawezi kukiuka uamuzi na msimamo wa Chama kizima, halafu wadai kuungwa mkono na viongozi wa chini yao au na wanachama kwa jumla. Kwa kweli tunatazamia kuwa viongozi hao watapingwa kwa nguvu kabisa, na kama hapana budi, kufukuzwa.

Huko ndiko kuwajibika. Bila hivyo Viongozi wetu watafanya wapendavyo bila kuwa na wasiwasi. Watapinda, watapuuza, watavunja maamuzi na msimamo wa Chama bila kuwa na hofu yoyote. Wenye hofu watakuwa ni viongozi wa chini na wanachama wa kawaida watakaofanya ujasiri wa kuwapinga Viongozi Wakuu. Maana hao wataonekana

kuwa ni wakorofi na wachochezi, na watachukuliwa hatua
za nidhamu!

Kwa kweli hapo ndipo tulipo sasa. Tume ya Jaji Nyalali
imependekeza Shirikisho la Serikali Tatu. Kamati Kuu
imepinga; Halmashauri Kuu ya Taifa imepinga; Waziri
Mkuu amesimamia uamuzi huo na kuutetea Bungeni,
tarehe 30 Aprili, 1992. Mkutano Mkuu wa CCM huko
Chimwaga umepinga pendekezo hilo na kusisitiza tena sera
ya Chama ya tangu 1964, ya Muungano wa Serikali Mbili.

Mwezi Agosti, 1993, Wabunge fulani wamefufua suala
hili tena kuleta hoja ya kudai Serikali Tatu. Tarehe 10.8.1993
Kamati Kuu imekutana na kusisitiza tena msimamo wa
Chama, na kuiagiza Serikali ikaipinge hoja hiyo. Tarehe
14.8.1993 Rais wa Jamhuri ya Muungano anakwenda
Bungeni na kupinga hoja ya Serikali Tatu. Hapo ni kabla
Viongozi wetu Wakuu hawajapata ndoto nzuri zaidi.

Tarehe 24.8.1993, siku kumi tu baadaye, Viongozi
wetu Wakuu wanapata ndoto nzuri zaidi, wanasarenda
na kupitisha Bungeni hoja "muafaka" ya kuleta Serikali
ya Tanganyika "ndani ya Muungano." Miezi miwili
baadaye, Oktoba, 1993, Kamati Kuu ya Halmashauri Kuu
ya Taifa, inaandaa mapendekezo na kuyafikisha mbele
ya Halmashauri ya Taifa, kuitaka ikubali pendekezo la
Serikali la kuunda Shirikisho la Serikali Tatu. Abautani
zote mbili, ya Serikali na ya Kamati Kuu, zinafanyika kana
kwamba ni mambo ya kawaida tu: bila swali, bila maelezo!

Kukubali kufanywa vikaragosi vya Viongozi ni dalili
ya woga, si dalili ya heshima; na woga na heshima ni vitu

viwili mbalimbali. Maadili mema yanatutaka tuwaheshimu Viongozi wetu, madhali wanajitahidi kutimiza wajibu wao. Maadili mema hayatudai tuwaogope Viongozi wetu. Na viongozi makini hupenda kupata heshima ya wananchi wenzao, lakini hawapendi kuogopwa. Kuogopwa ni sifa na ada ya madikiteta, viongozi halisi hawapendi kuishiriki. Kujenga mazoea ya kutii viongozi hata katika mambo haramu ni dalili ya woga, ni kukaribisha udikiteta.

Kamati Kuu ikisha kuwa na mshikamano katika jambo lolote, hata kama mshikamano huo ni wa bandia, na umetokana na woga, matokeo yake ni yaleyale katika vikao vingine vya Chama. Ni vigumu sana kwa Halmashauri Kuu ya Taifa kupinga Kamati Kuu yenye msimamo mmoja, kwa sababu zilezile zinazofanya iwe vigumu sana kwa Kamati Kuu kupinga Viongozi Wakuu wenye msimamo mmoja katika suala lolote.

Kupinga Viongozi wenye msimamo mmoja kunataka ujasiri mkubwa sana maana anayethubutu kufanya hivyo huonekana kama mwasi au msaliti. Ndiyo maana katika suala la utaratibu wa kuchagua Makamu wa Rais, nilipotambua kuwa Kamati Kuu itakuwa na msimamo mmoja katika kupendekeza kwa Halmashauri Kuu ya Taifa, kwamba utaratibu wa sasa uendelee, niliomba nipatiwe nafasi nami nikatoe maoni yangu mbele ya kikao hicho. Inawezekana kuwa tatizo la paka kwa panya lingekwisha kama paka angefungiwa kengele shingoni: taabu ni kumpata panya wa kuifanya kazi hiyo. Na panya watakuwa wajinga sana wakidhani kuwa paka watajifunga au watafungana kengele shingoni!

Hatuwezi kuachia utamaduni wa woga ukawa ni mbinu au sifa mpya ya uongozi. Na sasa lazima tukiri kwamba utamaduni huu wa woga unaanza kuwa ni sehemu ya tatizo letu la kitaifa. Nilisema awali kwamba mlionana na baadhi ya Wabunge wenye hoja ya Utanganyika. Wote walipokwisha kutoa dukuduku zao kuhusu madhambi ya Serikali, niliwaambia: "Waheshimiwa Wabunge, yote mliyoyasema ni sababu nzuri za kuchukua hatua za kuwadhibiti Viongozi wahusika; kwa nini badala ya kufanya hivyo mnachukua hatua za kutaka kuigawa nchi yetu?" Jibu lao: "Viongozi wakisemwa wanakuwa wakali sana!".

Viongozi wetu nao nilipowauliza: "Kwa tulivyokuwa tumekubaliana na badala yake mkaamua kuikubali?" Jibu lao: "Wabunge hao walipotoka kwako Msasani walikuwa wakali kama mbogo!" Na Wajumbe wa Kamati Kuu ukiwauliza." "Kwa nini hamkukataa pendekezo la Serikali la kukubali hoja ya Serikali Tatu?" Jibu lao: "Wakubwa walikwisha kukubaliana, sisi, tungeweza kufanya nini?"

Hata mtu mmoja hakuweza kupaaza sauti na kusema: hivi sivyo? Hii ndiyo demokrasia mpya na mbinu mpya ya kukabiliana na Mfumo wa Vyama Vingi? Huko ndiko kwenda na wakati?

Nilisema awali kwamba kansa ya uongozi ndani ya Chama cha Mapinduzi isingekuwa ni jambo la kutisha sana kama tungekuwa tumeanza kuona Chama kizuri cha upinzani kinachoweza kuiongoza Nchi yetu badala ya

CCM. Ubovu wa uongozi ndani ya CCM ndio uliofanya nikapendekeza tuanzishe mfumo wa Vyama Vingi.

Nilitumaini kuwa tunaweza kupata Chama kingine kizuri ambacho kingeweza kuingoza Nchi yetu badala ya CCM; au ambacho kingekilazimisha Chama cha Mapinduzi kusafisha uongozi wake, kwa kuhofia kuwa bila kufanya hivyo kitashindwa katika uchaguzi ujao. Lakini bado sijakiona Chama makini cha upinzani; na wala dalili zozote za kuondoa kansa ya uongozi ndani ya CCM. Bila upinzani mzuri wa nje, na bila demokrasia halisi ndani ya Chama cha Mapinduzi, Chama hiki kitazidi kudidimia chini ya uzito wa uongozi mbovu. Kwa hali yetu ya kisiasa ilivyo nchini hili si jambo la kutarajia bila ya hofu na wasi wasi!

Wazalendo Watanzania hawana budi wapende kuona demokrasia halisi ndani ya Chama cha Mapinduzi. Hii ina sura mbili. Kwanza, ni lazima kurudisha tena uhuru na utaratibu wa kujadili masuala yote makubwa na kufikia uamuzi baada ya mjadala. Viongozi wetu hivi sasa wanaogopa kutumia nguvu za hoja ili kufikia maamuzi muhimu. Kwa sasa wanatumia hila zaidi kuliko hoja; vitisho kwao ni mbinu rahisi zaidi kuliko adha ya kutumia akili na kupata hoja safi ya kumjibu mpinzani katika mjadala.

Viongozi hawa wakipewa nafasi watatumia hoja ya nguvu tu; hawatakuwa na haja ya kutumia akili. Kichini chini baadhi yao tayari wameanza kutumia hoja ya vitisho. Na kama tukiacha utamaduni wa woga ukazagaa tutakuwa tunakaribisha udikiteta. Uhuru hauji wala haudumishwi bila kuwa tayari kulipa gharama zake; na vitu vyote vyenye thamani kubwa gharama yake ni kubwa. Chama cha Mapinduzi lazima kiendelee kujenga utaratibu na utamaduni wa kuchambua masuala makubwa katika mijadala, na kufikia baada ya uchambuzi na mijadala ya kidemokrasia na ya wazi wazi. Na Wanachama wa Chama cha Mapinduzi kwa vitendo vyao lazima waanze kupiga vita utamaduni wa woga na fidhuli ya viongozi.

Aidha, chama cha Mapinduzi hakina budi kitazame upya utaratibu wake wa kuchagua Viongozi wake wakuu. Na muhimu zaidi na la haraka zaidi, Chama cha Mapinduzi hakina budi kitazame upya utaratibu wake wa kuteua Mgombea wake wa kiti cha Urais wa Jamhuri ya Muungano. Nasema hili ni jambo muhimu na la haraka zaidi kwa sababu uchaguzi wenyewe ni mwakani tu. Hili lisipofanyika upesi na kwa makini, yanaweza yakafanyika makosa yatakayofuta kabisa uwezo wetu wa kufanya hivyo baadaye.

Nina hakika kwamba utaratibu wetu wa sasa wa kuteua Mgombea kiti cha Urais sasa umekwisha kupitwa na wakati. Mimi nilikuwa nikiteuliwa na Halmashauri Kuu ya Taifa baada ya kupendekezwa na Kamati Kuu bila mshindani. Na Ndugu Ali Hassan Mwinyi aliteuliwa katika mazingira ya siasa ambayo hayakuwa tofauti sana. Hapakuwa na washindania Urais. Ni Kamati Kuu yenyewe iliyoamua ni nani wafikiriwe; na mmoja wao, nakumbuka, alikuwa hataki hata kidogo; tukalitoa jina lake.

Lakini sasa mambo ni tofauti. Washindania Urais wapo, tena moto moto. Chama kinajua hivyo, na wananchi wanajua hivyo. Chama cha Mapinduzi hakina budi kitafute utaratibu mzuri wa kuwashindanisha wataka Urais hawa kwa njia za wazi wazi. Tutafanya makosa makubwa tukikubali kuteua Mgombea Urais kwa kutumia mzengwe. Njia ya mzengwe ilitufaa tu wakati tulipokuwa hatuna washabiki wa Urais. Na inaweza kufaa kama mnataka kumteua mwenzenu ambaye mnaamini kuwa ndiye anayefaa, lakini hapendi misukosuko ya kushindania uongozi.

Hivyo sivyo mambo yalivyo sasa. Sasa tunao washabiki, tena washabiki wa kweli kweli! Kwa hiyo hali ya sasa inataka ushindani wa wazi wazi, na ni vema Chama cha Mapinduzi kitafute utaratibu mzuri wa kuwashindanisha hivyo. Ni muhimu zaidi kuwataka Wanachama wa CCM watoe maoni yao kuhusu Rais wetu wa baadaye, kuliko kuwataka watoe maoni yao kuhusu Serikali ya Tanganyika, jambo ambalo walikuwa wala hawalifikirii. Chama kisisite kutafuta utaratibu wa kushirikisha Wanachama katika suala hili, kabla Vikao vya juu havijafanya uamuzi wa mwisho.

Ni vizuri katika suala kama hili mwongozo wa awali ukatokana na Wanachama wenyewe baada ya kupitiwa na wataka Urais. Katika Uchaguzi wa Madiwani Chama kimeanza kutumia utaratibu wa kutafuta kwanza maoni ya Wanachama kabla ya kuomba vikao vya juu kufanya uteuzi wa mwisho. Utaratibu huu ni muhimu zaidi kwa kutupatia Mgombea Urais kuliko mgombea udiwani.

Nchi yetu bado changa. Tusione haya kuendeleza taratibu ambazo zinaonekana kuwa zinafaa, na wala kubadili zile ambazo japokuwa huko nyuma zimetufaa, lakini sasa "zimepitwa na wakati." Ndivyo tulivyofanya kuhusu Mfumo wa Chama Kimoja; tusiogope kufanya hivyo kuhusu mageuzi ya kuleta demokrasia zaidi ndani ya Chama cha Mapinduzi. Inawezekana kwamba demokrasia peke yake ambayo kwa sasa itaendelea kuwa na maana kwa Nchi hii wakati tunasubiri kupata upinzani mzuri na makini nje ya CCM, ni demokrasia ndani ya CCM. Wanachama wa CCM wana wajibu wa kukitazama upya Chama chao na kuona jinsi ya kuongeza demokrasia ndani yake. Wajibu huu si kwa Chama chao tu, ni wajibu wa uzalendo kwa manufaa ya Tanzania nzima.

> *Ole wake Tanzania,*
> *Tusipoisaidia!*
> *Niwezalo nimefanya:*
> *Kushauri na kuonya.*
>
> *Nimeonya: Tahadhari!*
> *Nimetoa ushauri,*
> *Nimesha toka kitini;*
> *Zaidi nifanye nini?*
>
> *Namlilia Jalia,*
> *Atumulikie njia;*
> *Tanzania ailinde,*
> *Waovu wasiivunde.*
>
> *Nasi tumsaidie,*
> *Yote tusiyamwachie!*
> *Amina, tena Amina!*
> *Amina tena na tena!*

Printed in the United States
By Bookmasters